मधुमती

रणजित देसाई

मेहता पब्लिशिंग हाऊस

- *या पुस्तकातील लेखकाची मते, घटना, वर्णने ही त्या लेखकाची असून त्याच्याशी प्रकाशक सहमत असतीलच असे नाही.*

MADHUMATEE by RANJIT DESAI
मधुमती / कथासंग्रह

© सौ. मधुमती शिंदे व सौ. पारु नाईक

प्रकाशक : सुनील अनिल मेहता, मेहता पब्लिशिंग हाऊस,
१९४१, सदाशिव पेठ, माडीवाले कॉलनी, पुणे - ४११०३०.
अक्षरजुळणी : पीसी-नेट, नारायण पेठ, पुणे – ४११ ०३०

प्रकाशकाल : १३ ऑगस्ट, १९५८ / ३ मार्च, १९८२ /
१९ सप्टेंबर, १९८७ / फेब्रुवारी, १९९८ /
एप्रिल, २००३ / सप्टेंबर, २००९ /
सातवी आवृत्ती : मार्च, २०१४

ISBN 81-7766-395-X

ती. आई
व
ती. सौ. अक्का
यांचे चरणी

अत्रे उवाच

रणजित देसाई ह्यांची लघुकथा सर्वसामान्य मराठी लघुकथेपेक्षा निराळी आहे. अद्‌भुतरम्य वातावरणात वावरण्याची तिला हौस आहे. तिचे स्वरूप महाराष्ट्रीय असण्यापेक्षा अखिल भारतीय स्वरूपाचे आहे. वास्तवापेक्षा इतिहास तिला अधिक रुचतो. संगीत आणि शृंगाराच्या रसात ती नखशिखान्त न्हाऊन निघाली आहे. संगीताने नादावलेली आणि शृंगारात वाहिलेली, रसिक मनाची नादिष्ट पात्रे त्यांच्या कथेत स्वप्नातल्याप्रमाणे वावरत आहेत. कलेसाठी आणि प्रेमासाठी ती आपले जीवन उद्‌ध्वस्त करून घेतात, आणि त्याची मुळीच खंत मानीत नाहीत. अगदी राजेशाही ऐश्वर्याच्या धुंदीत मस्त असलेल्या रसिकराज शौनक आणि दयानंदापासून तो दारिद्र्यात पिचणाऱ्या रसूलमिया आणि नारायणबुवांपर्यंत सर्वच पात्रे आपल्या वेडाने धुंद झालेली, त्याकरिता सर्वस्वाची राखरांगोळी करणारी आहेत. रणजित देसाईंच्या कथेत वावरणाऱ्या स्त्रिया रूपवान, नाजूक, कलावंत आणि त्यागी आहेत. नायकीण असो, गाणारी असो वा कुलवती असो, त्यांनी तिच्या स्त्रीमनाचा, तिच्या मृदुलतर भावनांचा आविष्कार करताना आपली लेखणी मुलायमपणे वापरली आहे.

रणजित देसाईंच्या लेखणीत प्रसाद आहे, माधुर्य आहे; वाचकाला कल्पनारम्य वातावरणात नेऊन वास्तवता विसरावयास लावण्याची जादू आहे. आपल्या कथेची पार्श्वभूमीही ते मोठ्या कल्पकतेने, कथेतली स्वप्नमयता वाढावी अशा तऱ्हेने वापरतात. काश्मीर असो, आग्रा असो वा गोव्याचा समुद्रकिनारा असो, त्या वातावरणाची निर्मिती सुबकपणे आणि हरतऱ्हेचे रंग भरून ते अशा काही खुबीने करतात की, कथेतले भाव अधिकच खुलावेत, अंती कथा काळजालाच भिडावी. त्यांच्या अवलोकनशक्तीचे आणि कल्पकतेचे कौतुक करावे तेवढे थोडेच आहे.

त्यांची कथा वाचकांच्या मनरंजनार्थ आहे, ही गोष्ट खरी आहे. तिच्यातले वातावरण वास्तवापेक्षा अद्‌भुततेकडे झुकते खरे. तरीपण त्यातून आकाराला आलेल्या व्यक्ती मात्र मानवी जगातल्या आहेत. आपल्या सुखात रंगणाऱ्या अन् आपल्या दुःखात पिचणाऱ्या त्यांच्या कोमल हृदयाचे त्यांनी केलेले चित्रण इतके जिवंत आणि चटकदार आहे की, ते अवलोकिताना वाचक हसावा नी रडावा. रणजित

देसाईंची लेखणी प्रभावी आहे. त्यांच्या भाषेत सामर्थ्य आहे. त्यांच्या कथेचा संचार साऱ्या भारतामध्ये व्हावा, भारतातील प्रांताप्रांतांमधील वैशिष्टयपूर्ण जीवन तिने टिपून घ्यावे आणि भारतीय कलेचा डोळ्यांना दिपविणारा साक्षात्कार वाचकाला घडवावा अशी अपेक्षा त्यांच्यापासून केल्यास ते वावगे ठरणार नाही.

प्रल्हाद केशव अत्रे

कथानुक्रम

रसिकराज शौनक

संध्याकाळी पाचाच्या सुमारास मी जयचंदांच्या बंगलीसमोर आलो. आग्ऱ्याला येते वेळी मुद्दाम माझ्या वडिलांनी मला एक पत्र दिले होते आणि बजावून सांगितले होते की, ‘राजा, आग्ऱ्याला जेव्हा जाशील तेव्हा माझ्या मित्राला भेट. त्याला हे पत्र दे. तो अस्सल रत्नपारखी आहे. त्याच्याजवळ अनेक बहुमोल रत्ने आहेत. त्याच्या लहरीप्रमाणे घेतलेस तर ती पाहण्याचे भाग्य लाभेल. तू त्याच्याकडेच उतर. तो तुला काही कमी पडू देणार नाही.’

मी नोकराबरोबर आत चिठ्ठी पाठविली. आणि ताबडतोब मला आत बोलावणे आले. मी आत निघालो तोच आतून चिकाचा पडदा दूर सारून एक व्यक्ती आली आणि तिने माझ्या हाताला आपुलकीने धरले. त्या व्यक्तीला पाहताच मला समाधान वाटले. अतिशय वृद्ध अशी ती व्यक्ती होती. डोक्यावरचे सारे केस पिकले होते. त्या व्यक्तीच्या गळ्यात मोगरीचा टपोरेदार हार होता. तो हार थेट ढोपरांपर्यंत विजारीवर रुळत होता. त्यांच्या हाताभोवतीही तसेच फुलाचे गजरे होते. आणि पायात जरीच्या मढवलेल्या कपड्याच्या सपाता होत्या. ती व्यक्ती जवळ येताच अतिमधुर वास दरवळला. त्या व्यक्तीने आपुलकीने आत नेत विचारले, ‘केवढा लहान होतास त्या वेळी...’

पहिले दोन दिवस आग्रा पाहण्यातच गेले. अत्यंत उंची थाटाचे जेवण माझ्यासाठी तयार असे. माझ्या दिमतीला स्वतंत्र गाडी व दोन नोकर होते.

बहुतेक संध्याकाळीच आमची गाठ पडत असे. कारण रात्रीनंतर जयचंद शुद्धीवर येत ते दुसरे दिवशी दुपारीच. त्यांनी मला त्या दोनचार दिवसांत खूप रत्ने दाखविली. माझ्या वडिलांच्या पूर्वीच्या आठवणी सांगितल्या. अति प्रेमळ आणि अती रंगेल असे जयचंद मला वाटले.

तिसरे दिवशी संध्याकाळी मला बोलावणे आले. मी गेलो आणि पहिले तो जयचंद जरा खुशीतच दिसले. त्यांनी मला विचारले, 'येतोस का?' मी 'चला' म्हटले आणि आम्ही दोघे बगीत जाऊन बसलो. यमुनेच्या काठाने आमची गाडी जात होती. ताज मागे पडला. जयचंद कसल्यातरी विचारात दिसले. मीही फारसा बोललो नाही. मध्येच त्यांनी गाडीवाल्यास थांबण्यास खुणविले. गाडी थांबली. आम्ही दोघे उतरलो. जयचंदांनी आपली काठी घेतली आणि म्हणाले, 'चल.'

एका पायवाटेने आम्ही जात होतो. जवळ जवळ आजूबाजूला सारे ओसाड दिसत होते. उंच उंच झाडे अस्ताव्यस्त वाढली होती. मला समजेना, हा म्हातारा मला कोठे नेतो आहे! शेवटी एके ठिकाणी आम्ही थांबलो. समोर अतिविस्तीर्ण पटांगण होते. आणि या पटांगणात अनेक भग्न अवशेष उभे होते. त्यांतल्या एका ढासळलेल्या दगडावर जयचंद जाऊन बसले. मी समोरच्या दगडावर बसलो. त्यांनी मला विचारले, 'मी तुला इथे का आणलं ठाऊक आहे?' मी 'नाही' म्हणून मान हालविली.

त्यांनी मला उठून आजूबाजूला कुणी आहे का, पाहण्यास सांगितले. मी सर्वत्र पाहिले. कोणी नाही असे कळताच ते सांगू लागले, 'आज तुला एक अमोल रत्न दाखवणार आहे, जगात अशी फक्त नऊच रत्ने आहेत. त्यांतले एक अमोल रत्न दाखवणार आहे.' आणि असे म्हणून त्यांनी काठीची मूठ फिरविली. ती मूठ निघताच आतून एक डबी बाहेर आली. डबी उघडताच आतली एक वस्तू चमकली. मला काय बोलावे, ते समजेना. त्या डबीत एक अंगठ्याएवढा हिरा चमकत होता.

थोड्या वेळाने काही तरी बोलायचे म्हणून मी विचारले,

'काय किंमत आहे याची?'

'किंमत!' ते हसून म्हणाले 'कोण करू शकणार याची किंमत?'

'कुठून पैदा केलंत हे रत्न?' मी विचारले.

'माझ्या मित्राची देणगी आहे. इष्कराज शौनकची ही देणगी आहे.'

'देणगी?' मी आश्चर्यचकित होऊन विचारले.

'होय, देणगी! अशी नऊ रत्नं त्यानं मरतेसमयी नऊ मित्रांना दिली.'

'वेडाच दिसतो अगदी!' मी नकळत बोलून गेलो.

'होय, तू म्हणालास तेच सारे त्याला म्हणत होते. त्यांना त्याचं ऐश्वर्य पाहता आलं नाही. त्याचं ऐश्वर्य! आम्ही उपभोगलं ते सौख्य!'

'मग सांगा ना या तुमच्या शौनकची कथा! निदान ऐकू दे तरी काय ऐश्वर्य होतं ते!'

'ते ऐश्वर्य स्वर्गीय होतं! राजा, शौनकचा पिता आग्र्याचा मोठा रत्नपारखी होता. गडगंज संपत्ती– कशाची ददात नव्हती. त्याला फक्त एकच मुलगा होता; त्याचं नाव शौनक. बापापेक्षा हुशार. वयाच्या विसाव्या वर्षी तो बापाच्या गैरहजेरीत

बेशक पेढीवर बसू लागला. जसा तो रत्नपारखी म्हणून ओळखला जाऊ लागला, तसाच तो मोठा सुगंधिया म्हणून प्रसिद्ध पावू लागला. कनोजहून अस्सल अत्तराचे बुधले गाढवावर लादून त्याच्या दारी व्यापारी येत आणि शौनक बेशक तो माल पारखून खरेदी करीत असे. शौनकचा बाप वारला आणि ही सारी अफाट संपत्ती त्याच्या एकट्याच्या मालकीची झाली. त्या वेळी त्याची उमर अवघी तीसची होती.

आधीच शौनक तरुण आणि अविवाहित. एका नादाबरोबर दुसरा, याप्रमाणे अत्तराबरोबर गायन, नृत्य आणि त्याबरोबर मदिरा त्याच्या आयुष्यात आली. साऱ्या आग्रा शहरात कुत्सित लोक त्याचं ऐश्वर्य न पाहवून त्याला नावं ठेवू लागले. त्या लोकांपासून दूर असा त्यानं आपला हा इष्कमंझील उठवला. पलीकडे दिसते ती 'अठरा कमरा.' त्या ठिकाणी दूरदूरचे गवय्ये, नर्तिका, तंतकार यांचा मुक्काम असे. नेहमी त्या कमरा भरलेल्या असत. कलावंतांचं ते आश्रयस्थान होतं. लहरी न सांभाळल्या गेलेल्या आणि त्यामुळं वैतागलेल्या कलावंताला या ठिकाणी विश्रांती मिळत असे, पैसा मिळत असे, मान मिळत असे. कलावंताचं चीज करण्यात शौनक तरबेज होता. त्या इमारतीपाठीमागं आहे ती 'मद्यशाळा.' तिथं शौनकच्या चवीसाठी हरतऱ्हेची उंची मद्यं गोळा होत. आणि आपण बसलो आहोत तेथे त्याचा मंझील उभा असे.

या मंझीलमध्ये अतिविस्तीर्ण दिवाणखाना होता. चारी बाजूंच्या भिंतींना लोडतक्क्यांची बैठक तयार असे. त्या दिवाणखान्याच्या रंगीत छतास मोठमोठे झुंबर लावले होते. प्रत्येक बैठकीजवळ एक एक चांदीचा हुक्का ठेवलेला असे. रात्र झाली की, त्या महालात ठेवलेल्या चांदीच्या, कमरेइतक्या उंच समयांत अत्तराचे बुधले ओतले जात. सुवासिक उदबत्त्यांचा घमघमाट पसरे आणि गुडाखूचा कडवट वास पसरवणारी धुराची वलयं त्या मंद सुगंधित प्रकाशात पसरली की, पर्शियन जादुगारानं रेखाटलेल्या दृश्यासारखं ते दृश्य वाटे. हळूहळू आमच्यासारख्या मित्रांच्या बग्या त्या महालासमोर खड्या होत. आत शिरणाऱ्या प्रत्येक पाहुण्याच्या गळ्यात व हातात गेंदेदार हार दिले जात. सारे मित्र आले की खुद्द शौनक दिवाणखान्याच्या समोर असलेल्या मुख्य बैठकीला हजर असे.

गळ्यातल्या टपोऱ्या हाराला तिढा देऊन तो हुंगणाऱ्या शौनकची ऐट काही औरच असे. त्याची ती कपाळावर आडवं गंध असलेली, गोरीपान, नाकीडोळी रेखीव मूर्ती, चेहऱ्यावरील सदोदित हास्य, कानापर्यंत आलेले कल्ले आणि मानेवर रुळणारे काळेभोर केस पाहून आम्हा प्रत्येकाला वाटे की, खरंच मैफलीचा राजा आहे हा!

त्याच्या त्या सुरमा घातलेल्या डोळ्यांनी दासीला खुणविलं की, डाव्या बाजूचा पडदा दूर सारून आतून गवय्ये, नर्तिका, तंतकार येत आणि बैठकीवर ती जागा

घेत. आलेल्या उंची मिठाईचा आस्वाद घेत घेत साऱ्या कलावंतांची रसिकावर्गाला जानपछान करून दिली जाई. आणि शेवटी बंदगी होऊन कार्यक्रमाला सुरुवात होई.

खळ ऽ खळ ऽ छन् ! अशा घुंगरांच्या चाळांच्या आवाजाबरोबर उमटलेली साथ, पर्वतराजीतून वाहणाऱ्या निर्झराला, वृक्षराईतून येणाऱ्या वायूच्या शीळेच्या साथीप्रमाणे वाटे आणि नृत्य, गायन व मदिरा यांच्या सहवासात पहाट होई. पहाटेचा नगारा दुडदुडू लागला की, शौनक हाताशी असलेल्या मोत्यांच्या ताटांतून साऱ्या कलावंतांना मेहनताना देई आणि सूर्योदयाबरोबर सारी मंडळी झोपी जात. रात्रभराच्या नृत्य, गायन आणि मदिरा यांच्या कैफाने धुंद झालेला हा मंझील दुसऱ्या दिवशी सायंकाळी जागा व्हायचा. दुसरे दिवशी सायंकाळी या यमुनेच्या पाण्यात ज्या वेळी हार टाकले जात आणि अत्तराच्या समया धुतल्या जात, तेव्हा खाली दूरवर यमुनेच्या पाण्याला वास येत असे.

शौनक शंकराचा भक्त होता. सायंकाळी जागा झाला की, तो स्नान करून सोवळ्याने ह्या मंझिलापाठीमागे असलेल्या शंकराचे देवळात पूजेला जात असे. सोमवारी तो व्रतस्थ असे. त्या दिवशी तो मद्याला शिवत नसे. त्या रात्री मैफली होत, पण त्यांत सारी भजनं म्हटली जात. दररोज प्रदोषसमयी शंकराच्या पूजेला जाणाऱ्या त्या शौनकच्या चेहऱ्याकडे पाहिले की, कुणाला खरंही वाटायचं नाही की, हा रात्री मैफलीचा राजा असू शकेल! शौनकला आम्ही लग्न करायची गळ घालीत असू. पण तो म्हणे, 'या मंझिलास योग्य अशी स्त्री गाठ पडताच जरूर मी लग्र करीन.

एकदा तो ग्वाल्हेरला गेला होता. वर्षातून एकवार तो ग्वाल्हेरला फेरी मारीतच असे. तेथल्या त्याच्या खर्चाला सीमा नसे. तिथं त्याला नीरजेची गाठ पडली. ज्या वेळी नीरजेला घेऊन तो आग्ऱ्याला आला, तेव्हा त्यानं त्यांच्या भेटीची गोष्ट सांगितली.

ग्वाल्हेरला असताना एकदा तो मैफलीहून येत होता. थंडी मी म्हणत होती. गाडीला दिवे असूनही अत्यंत दाट धुक्यामुळं समोरचं काही दिसत नव्हतं. गाडीवान दुलईत गुंडाळला गेला होता. घोड्याच्या तोंडातून वाफा निघत होत्या आणि त्या एकाकी वाटेवरून 'टाप् टाप्' असा त्या शांततेचा भंग करीत ती गाडी चालली होती. पण मध्येच शौनकनं गाडी थांबवण्यास सांगितले. त्या पहाटेच्या वेळी बहार रागाचे गोड स्वर त्याच्या कानावर आदळत होते. त्या स्वरांत असामान्य गोडवा होता. त्यांत तो तल्लीन झाला. शेवटी ते स्वर धुक्यात विरले, तो उतरला आणि त्यानं त्या गाणाऱ्या स्त्रीशी भेटण्याची इच्छा प्रगट केली. आतून निरोप आला, 'उद्या या.' दररोज तो तसल्या थंडीत तेथे जाई आणि रागदारी पूर्ण होताच नेहमीप्रमाणं दार ठोठावी आणि नेहमी तेच उत्तर येई. शेवटी एक दिवस त्याला बोलवणं आलं. तो अधीरतेनं जिना चढून वर गेला.

त्या छोट्याशा खोलीत दोन समया तेवत होत्या. त्यांच्या समोर भिंतीला

शंकराची तसबीर लावली होती. आणि त्या प्रतिमेला एक जास्वंदीचा हार घातला होता. उदबत्त्या जळत होत्या. शंकराची तसबीर तेथे पाहताच त्याने हात जोडले. इतक्यात ती स्त्री आली. तिला पाहाताच तो भांबावला गेला.

पांढरे वस्त्र परिधान केलेली ती एक रूपवती स्त्री होती. तिचं सौंदर्य पाहताच त्याला काय बोलावं समजेना. त्यांन इतक्या सुंदर गाणाऱ्या स्त्रीजवळ इतकं सौंदर्य असेल अशी मुळीच अपेक्षा केलेली नव्हती. त्याला वाटलं की, साक्षात् नंदिनीच त्याचेसमोर उभी आहे, की स्वर्गीची अप्सरा गंधर्वाचा आशीर्वाद घेऊन पृथ्वीतलावर विसावली आहे. येताना तो गानलुब्ध होता, पण तिला पाहताच तो रूपलुब्ध झाला. शेवटी तिनं विचारलं,

'कोण आपण?'

'शौनक.'

'शौनक! इष्कराज शौनक?'

'हं!'

आणि त्याबरोबर ती गोंधळली. तिनं त्याची कीर्ती ऐकली होती. जर तिला आधी हे माहीत असतं, तर तिनं त्याला– त्या संगीताच्या राजाला– खेपा पडू दिल्या नसत्या. ती ओशाळली. मंचकावर असलेला जास्वंदीचा हार तिनं त्याच्या हातात दिला व म्हणाली, 'आज्ञा.'

शौनक नुसता हसला. तिनं न बोलता तंबोरा उचलला व विचारलं, 'काय गाऊ?'

हात वर करून तो म्हणाला, 'नको मला नुसतं पाहू दे. आज आठ दिवस मला गाणं ऐकावयास मिळालं होतं. दररोज बाहेर उभं राहून ते मिळेल. पण हे रूप–'

ती फार ओशाळली आणि म्हणाली, 'आपलंच घर आहे हे.' आणि त्यानंतर आठ दिवसांतच नीरजा शौनकबरोबर आग्र्याला आली. त्यानंतर भरणाऱ्या त्यांच्या मैफिलींना भलताच रंग चढत असे. दोघेही संगीताचे भोक्ते. अलोट संपत्ती! मग कशाला तोटा?'

'खरंच नीरजा इतकी सुंदर गात होती?' मी विचारलं.

'अरे, साक्षात् गंधर्वकन्याच ती. तुला सांगतोच ती गंमत. उस्मानखांचं नाव कधी ऐकलं आहेस तू? नाही? आमच्या वेळचा ग्वाल्हेरचा प्रख्यात गवई. हजार मोहरांखेरीज तो कधी आकार लावण्यास तयार नसे. राजे-रजवाड्यांच्या खेरीज त्याचं गाणं कोण करणार? ही बातमी शौनकला कळली. त्याला कुणीतरी इरेला पाडलं. शेवटी त्यानं उस्मानखांला आमंत्रण दिलं.

'त्या रात्री पुष्कळ सजावट केली होती. अस्सल मोतीचूर्णांनी बांधलेले विडे ठेवण्यात आले होते. काबुली द्राक्षांपासून काढलेल्या अस्सल मदिरेनं त्या रात्रीच्या

सुवर्णाच्या सुरया भरल्या होत्या. शेवटी सारे जमले. उस्मानखां आपल्या परिवारासह आले आणि त्यांनी जागा घेतली. शौनकचे ताफे आणि शेवटी शौनक व नीरजा आत आली. साऱ्यांनी उठून त्यांचं स्वागत केल्यावर शौनकनं खूण केली आणि नृत्याला प्रारंभ झाला. नृत्य संपताच आम्हा साऱ्यांचे डोळे उस्मानखांवर लागून राहिले.

'उस्मानखांने तंबोरा लावून घेतला. त्याच्या साथीदारांनी तबला, सारंगी जुळवली आणि उस्मानखां खाकरून गावयास सुरुवात करणार तोच शौनकनं हात वर केला. उस्मानखांसमोर ताट नेण्यात आलं. त्यावरचा कपडा दूर करताच शिगोशिग भरलेल्या हजार मोहरा त्यात ठेवलेल्या चकाकल्या. उस्मानखांने हसून शौनकला आदाबअर्ज दिलं. तो स्वीकारीत शौनक म्हणाला, 'खाँसाहेब! आज हमने आपको सिर्फ गाना सुनानेके वास्ते नही बुलवाया, लेकिन गाना सुननेके लिये भी बुलवाया है.' तो आश्चर्यचकित झाला. शौनकनं नीरजेकडे पहिलं. ती खुदकन हसली आणि तिनं तंबोरा उचलला.

तिचे साथीदार मागं बसले आणि तिनं आकार लावला. बहारच्या त्या अतिमधुर व गोड विस्ताराला तिरकट्यानं द्रुतगतीनं तबल्यावर बोटं फिरवून थाप मारली आणि डग्गा खर्जात संथ घुमला. त्या गोडव्यानं वेगवेगळ्या तज्ज्ञ श्रोत्यांच्या मुखांतून 'वाहवा, बहोत अच्छी! खाशी!' इत्यादी शब्द नकळत बाहेर पडत होते. नीरजा गात होती–

'शाम मिलनको आयी राधा,
दर्शन देजो शाम.'

कालाचं भान कोणाला राहिलं नाही. शेवटी उस्मानखां नकळत बोलून गेला, 'माशाल्ला!' उस्मानखांनं मान खाली घातली, शौनकन विचारलं,

'क्यों खाँसाब? आपकी मैफलके लिये आप हजार मोहरा उठाना चाहते हैं तो इस गानेपर कितने उठाने पडेंगे?– दस हजार?'

उस्मानखांनं हरल्याचं कबूल केलं. आणि त्यानंतर उस्मानखांची मैफल नेहमी या इष्कमंझीलमध्ये झडत असे.

शौनकचा खर्च इतका अफाट असे की, त्याला काही सोय नसे. त्याची दानत कैकदा मर्यादा ओलांडत असे. कितीही अपार संपत्ती असली, तरी ती अशा अवाढव्य खर्चाला कशी पुरणार? हळूहळू त्याचा मित्रपरिवार त्याची सांपत्तिक स्थिती ढासळू लागल्यावर ढासळू लागला. शेवटी आम्ही नऊ मित्र शिल्लक राहिलो. त्याला आम्ही उपदेश केला. तो त्यानं थोडे दिवस मनावर पण घेतला. तो संध्याकाळी दोन तास पेढीवर मोत्यांची खरेदी-विक्री करु लागला. तो पेढीवर बसला की, सरळ तराजू दूर सारी. व्यापाऱ्यांनी आणलेले मोती तो सहज अलग अलग करीत असे. विक्रीवर त्यानं मोती हातात घेतले व पिशवीत भरून त्यावर किंमत लिहिली की, ती पक्की होत नसे. त्यानं कधी मोती तोलला नाही. व्यापाऱ्यांनी कधी

कसर आल्याची तक्रार केली नाही.

पण त्याचं मन त्यात रमेना. त्याचा जन्म त्याकरता नव्हताच मुळी. त्यानं मद्यशाळेकडं जास्त लक्ष देण्यास सुरुवात केली. सुवासिक उंची मद्य तयार करण्यासाठी त्यानं भट्ट्या लावल्या आणि लाखो मोहरांचा चुराडा केला. कुणी सांगितलं की, गांजा मळून तो तांब्याच्या परातीला लावला व तो त्यावर विटला की, नंतर तो अत्यंत कडक बनतो. त्यानं ते प्रयोग सुरू केले. त्याच्या जोडीला त्याच्या मैफली सुरू होत्याच. खर्चाची टंचाई पडली की, तो आमच्याकडे कर्ज मागे. आम्ही कधी हात आखडता घेतला नाही. त्याचं कधी नडू दिलं नाही. सारे म्हणत की, आम्ही त्याला बिघडवला. पण आम्हाला माहीत होतं की, त्याचं जीवन तेच होतं. त्याच्या जिवावर घालवलेल्या रात्री आठवून आम्ही त्याला अडू दिलं नाही.

एक दिवस दोनप्रहरी तो गाढ झोपेत होता. आणि तोच एक दासी त्याला उठवायला आली. त्यानं डोळे चोळत पाहिलं तो जवळ नीरजा नव्हती. त्या दासीने जी बातमी सांगितली तिने तर तो ताडकन् उठून उभा राहिला आणि धावत सुटला. शिवाच्या मंदिरात असलेल्या एका मंचकावर नीरजा पडली होती. ती नुकतीच स्नान आटोपून, प्रदोषसमयाच्या शौनकाच्या पूजेची तयारी करण्यासाठी गेली असताना देवाच्या पायानजीकची फुलं दूर करताना त्या फुलांमध्ये निद्रिस्त झालेल्या नागानं तिला दंश केला होता. तिला श्वास घेणं अत्यंत जड जात होतं. तिचा गोरापान चेहरा हळूहळू काळा ठिक्कर पडत चालला. गौर हातावर दिसणाऱ्या धमन्या काळ्या ठिक्कर पडल्या. शौनकनं हाक मारून तिला हृदयाशी धरताच तिनं डोळे उघडले. त्यानं हकिमला बोलावणं पाठवलं. नीरजा अडखळत होती– 'शौनक, चालले मी!'

'नको, असं बोलू नको, नीरजा! मी पण येतो तुझ्याबरोबर. गाण्याला साथीविना, मद्याला कैफाविना का मौज असते? माझी वाट पाहाशील ना? सांग!'

तिनं हसून होय म्हटलं आणि ती बेशुद्ध पडली. तिला इष्कमंझीलमध्ये नेण्यात आलं. शक्य होते तेवढे सारे उपाय करण्यात आले. पण प्रयत्नांना यश आलं नाही. नीरजाने मान टाकली. दासीचा कल्लोळ उसळला. शौनकनं थोड्याच वेळात साऱ्यांना दटावलं. सर्वत्र शांतता पसरली.

याची काहीच वार्ता नसल्यानं सारे मित्र नेहमीप्रमाणंच जमा झाले. नेहमीप्रमाणंच त्यांचं स्वागत झालं. प्रत्येकाला हार दिले गेले. दिवाणखाना रोजच्याप्रमाणंच सजला होता. नाही म्हणायला एका कोपऱ्यात मोठा, आडवा चिकाचा पडदा लावला होता. त्याच्या पाठीमागं एक मंचक होता. तो मंचक पुष्पाच्छादित होता. तेथे उदबत्त्या लावल्या होत्या. मी अत्यंत जवळचा मित्र असल्यानं मला ती गोष्ट लवकर समजली. मी आत गेलो. शौनक मैफलीची तयारी करीत होता. मी त्याला म्हटलं, 'शौनक, निदान आज तरी राहू दे.'

तो हसून म्हणाला, 'जयचंद, आज जर मैफल झाली नाही, तर पुन्हा या मंझीलमध्ये कधी मैफल होणार नाही. मैफल पुरी झालीच पाहिजे.

मी बाहेर जाऊन बसलो. सारे बसले आणि शेवटी शौनकही आला. मला त्याच्याकडे पाहण्याचं धैर्य होईना. ज्या वेळी त्याच्याकडं पाहिलं, तो त्याचा थाट पूर्वीचाच होता. गळ्यातील हाराला तिढे देऊन तो हार हुंगत होता. पण त्याच्या नजरेत आर्तता, घायाळपणा दिसत होता. त्यामुळे साऱ्यांना काळजात चर्र झालं. ताफ्यातील स्त्रियांचे हुंदके दाबलेले आवाज आले. त्यानं नोकरांना खुणा केल्या.

तो बोलू लागला, 'मित्रहो, आज माझी शेवटची रात्र आहे. यापुढं आपण भेटू शकणार नाही. दुःख होतं, पण लक्षात ठेवा, शेवटची रात्र दुःखात घालवून चालायचं नाही!' मध्येच कुणीतरी बोलण्याचा प्रयत्न करताच तो म्हणाला, 'नका, काही बोलू नका. मला बोलू द्या. तुम्ही मित्रांनी मला पडत्या काळात हात दिलात. माझी अब्रू सावरलीत. तुम्ही मला किती दिलंत याची माझ्याजवळ मोजदाद नाही. पण आजवरचा माझा सारा व्यवहार चोख आहे. आता शेवटी कुणाला बुडवायची माझी इच्छा नाही. मी तुम्हांला परके समजतो आहे असं मुळीच समजू नका. पण आता मला माझ्या मित्रांच्या ऋणात राहायचं नाही.'

असं म्हणून त्यानं छोटी संदूक उघडली आणि आतून एक पेटी काढली. त्यात अशीच आठ रत्नं होती. तो म्हणाला,

'तुमच्या कर्जाचा आकडा मला माहीत नाही. ही माझी वडिलार्जित अशी नऊ रत्नं आहेत. त्यांची किंमत माझे वडील करू शकले नाहीत, मी करू शकलो नाही. तुम्ही माझी आठवण म्हणून ही ठेवा आणि जर कुणाला असं वाटलं की, त्याचं कर्ज फिटलं नाही, तर या चांदीच्या समया आहेत, हे महाल आहेत. सारं तुम्हा नऊ जणांचं आहे.' आम्हा प्रत्येकाला त्यानं एकेक रत्न दिलं.

दुसरी संदूक उघडली. सर्वत्र प्रकाश पडला. छोटे छोटे असे हिरे होते. ते त्यानं सारे दासदासींना, नोकरचाकरांना वाटून दिले. आणि शेवटी नृत्याला सुरूवात झाली. आम्ही त्याला सांगण्याचा प्रयत्न केला, पण त्यानं आम्हाला बोलूच दिलं नाही.

रात्रभर नृत्यगायन सुरू होतं. शेवटी त्यानं दुरडी आणावयास सांगितलं. तो आम्हाला म्हणाला, 'मित्रहो, आजवर मी ऐकत होतो की बिट्टया नागाचा कैफ काही अलौकिक असतो. आज त्याची प्रचीती मी पाहणार आहे. आजवर काही हातून चुकलं असेल, तर क्षमा करा!'

साऱ्यांच्या डोळ्यांतून आसवं गळत होती. आणि ती हिरवीगार दुरडी त्याचे समोर ठेवण्यात आली. आजवर त्यानं कधी आपल्या मंझीलमध्ये 'भैरवी' गाऊ दिली नव्हती. त्याच्या मैफलीचा शेवट नेहमी पहाटेच्या 'भैरव' रागात होत असे. आज त्यानं भैरवी गाण्यास फर्माविले. भैरवीचे करुणरसपूर्ण स्वर येत होते–

'अकेली मत जाओ सखीरी ऽऽ'

त्या शब्दांबरोबर त्यानं चिकाच्या पडद्यामागं असलेल्या पुष्पशय्येकडे पाहिलं. आपला हात त्यानं दुरडीत घातला. साऱ्यांनी डोळे झाकले. 'स्ऽस्' असा आवाज अस्पष्टपणे आला आणि शौनकनं दुरडी बाजूला केली. पहाटेपर्यंत सारा मामला खलास झाला. ग्वाल्हेरला बातमी ताबडतोब पोहोचली. संध्याकाळपर्यंत दोघांच्या पायांपाशी, नर्तिका, गवय्ये, तंतकार यांनी आपली अखेरची सेवा रुजू केली. प्रदोषसमयी त्यांना एकाच चितेवर अग्नी देण्यात आला.'

जयचंदांनी आपले डोळे पुसले आणि काठीची मूठ बसविली. मी देखील भारावल्यासारखा झालो होतो. मी विचारलं,

'पण ही इमारत कशी पडली?'

'कशी पडली? मैफल संपली, कैफ उतरला, आणि इमारत ढासळली!'

■

उन्मेष

गुलमर्गच्या पठारावर उभा राहून रविकांत खालच्या टेकड्यांचे चढउतार न्याहाळत होता. तेथून दिसणाऱ्या सौंदर्याकडे पाहून रविकांताला काश्मिरला आल्याचे सार्थक वाटले. दरवर्षी त्याला असेच वाटत असे. कितीतरी वेळ तो त्या मुग्ध व शांत वातावरणाने भारावलेल्या स्थितीत उभा होता. सर्व जमीन जाड बर्फाच्या थराने आच्छादून गेली होती. दूरवरची दृष्टिपथात येणारी वस्ती त्या वातावरणात उठून दिसत होती. त्या वस्तीच्या सर्व घरांची छपरे बर्फाने पूर्णपणे झाकलेली होती. त्या पांढऱ्याशुभ्र वातावरणात मधूनमधून सुरूची झाडे उभी होती. त्यांचे रुंद, काळे बुंधे त्या शुभ्र पार्श्वभूमीवर उठून दिसत होते. आजूबाजूच्या टेकड्यांवरून वेगाने 'स्केट' करीत जाणारी माणसे मुंग्यांप्रमाणे दिसत होती. रविकांत किती वेळ तसा उभा राहिला असता कुणास ठाऊक; पण त्याच वेळी त्याचा नोकर स्केटिंगच्या पट्ट्या घेऊन आला. रविकांताने त्या पट्ट्या आपल्या बुटांना जोडल्या. हातमोजे आवळून घेऊन त्याने काठ्या हातात घेतल्या आणि एकवार उतरणीवर नजर फिरवून तो घसरू लागला.

क्षणाक्षणाला त्याची गती वाढत होती. डोळ्यांवर काळा चष्मा असूनही चकाकणाऱ्या बर्फावर जाताना त्याचे डोळे पाणावत होते; पण त्यातच त्याला मोठे समाधान वाटत होते. समोरची सुरूची झाडे मोठ्या कौशल्याने चुकवीत जात असताना पाठीमागे उडणाऱ्या बर्फाचा आवाज त्याला गोड वाटत होता. उतार संपत आला असतानाच त्याच्या नजरेला थोड्याच अंतरावर पडलेली एक काळी वस्तू दिसली. त्याने वेग कमी केला व तो त्या वस्तूजवळ गेला. ती रंगाची चपटी पेटी होती.

त्या पेटीच्या मालकाला हुडकण्यासाठी त्याने आजूबाजूला पाहिले, तेव्हा

समोरच्या टेकडीवर चढत असलेली एक व्यक्ती दिसली. त्याने परत गती घेतली. जसजसा तो जवळ जाऊ लागला, तसतसे ती व्यक्ती पुरुष नाही हे त्याच्या ध्यानी आले. त्या स्त्रीने स्लॅक्स् जॅकेट घातलेले होते. बॉब केलेले केस तिच्या मानेवर रुळत होते. हातातली चित्रकलेची साधने सावरीत ती चढण चढत होती. बर्फामध्ये पाय रुतत असल्याने तिला आपला तोल सांभाळावा लागत होता.

रविकांत त्या टेकडीच्या पायथ्याशीच थांबला व त्याने हाक मारली. हाक ऐकताच दचकून तिने वळून पाहिले. टेकडीच्या पायथ्याशी स्केट्स चढविलेला एक तरुण आपल्याकडे पाहून हसत आहे हे तिच्या ध्यानी आले. रविकांताने आपल्या हातातील पेटी वर करून तिला दाखविली. ती पेटी पाहताच तिने आपल्या काखोटीतील वस्तूंकडे नजर टाकली व ती त्याच्याकडे जाऊ लागली. ती जवळ येताच रविकांताने विचारले, 'ही आपलीच ना?'

'हो; पण तुम्हाला कुठे सापडली?'

रविकांताने आपली हकिगत सांगितली. रंगाची पेटी हातात घेत किंचित शरमेने ती तरुणी म्हणाली, 'कशी पडली कोण जाणे! तुम्ही जर दिली नसतीत, तर फारच घोटाळा झाला असता. आभारी आहे मी आपली.'

रविकांताने परत स्केटिंगला सुरुवात केली. तो दृष्टिपथाच्या बाहेर जाईपर्यंत ती तरुणी त्याच्याकडे पाहात होती. भरपूर स्केटिंग केल्यानंतर रविकांत एका झाडाजवळ थांबला. त्याने आपला घाम पुसला व सिगरेट पेटवून प्रसन्न मनाने धूर सोडत तो उभा राहिला. त्याची नजर नकळत त्या टेकडीवर वळली. ती तरुणी टेकडीवर उभी असलेली त्याला दिसली, त्याने विचार केला व तो टेकडीच्या दिशेने जाऊ लागला. ती तरुणी टेकडी उतरत होती. रविकांताला तिने ओळखले आणि तिने हात उंचावून हालवला. रविकांतानेही तिला प्रत्युत्तर दिले. त्यावेळी तो पूर्ण गतीत होता. एक हात उंचावल्यामुळे त्याचा तोल जाऊ लागला. तोल सावरण्याचा आटोकाट प्रयत्न त्याने केला; पण तो साध्य झाला नाही. तो जमिनीवर पडला आणि बर्फावरून वेगाने फरफटत एका उंचवट्यावर आदळला. त्याने पडलेल्याच स्थितीत पाहिले, तो ती तरुणी त्याच्याकडे पाहून हसत होती. तशा स्थितीतही ती त्याला अत्यंत मोहक वाटली ती पळत त्याच्याजवळ आली. तिच्या चेहऱ्यात पुरा मिस्किलपणा दिसत होता.

अंगावर लागलेले बर्फ झटकीत रविकांत उठला. बर्फावर पडलेला गॉगल हातात घेत, तिच्या डोळ्याला डोळा भिडवीत तो म्हणाला,

'एवढं हसायला काय झालं? तुमच्यामुळं मी पडलो.'

'माझ्यामुळं?'

'नाहीतरी काय? तुम्हाला उत्तर देण्यासाठी हात वर केला नि माझा तोल गेला!'

'मग तो दोष माझा नव्हे. तुम्हाला स्केटिंग करता येत नाही, हा त्याचा सरळ

अर्थ आहे.'

'तर! इतकी सोपी गोष्ट नाही ती! अनुभव पाहिजेच असला तर पाहा,'

'हो, पाहू की!' ती तरुणी मिस्किलपणाने म्हणाली.

रविकांताने आपल्या पट्टया सोडल्या. त्या पट्टया घेऊन ती टेकडी चढू लागली. रविकांत कौतुकाने पाहात होता. पण जसजशी ती अधिक वर जाऊ लागली, तसतशी रविकांताला भीती वाटू लागली. तो तिला जास्त वर न जाण्याबद्दल ओरडून सांगू लागला; पण ती पुढे जातच होती. टेकडीच्या टोकावर जाऊन तिने त्या पट्टया बुटाला आवळल्या आणि बेदरकारपणे घसरायला सुरुवात केली. भराभर झाडे चुकवीत नि नागमोडी वळणे घेत ती सफाईदारपणे खाली येत होती. दोन्ही हात उंचावून ती रवीला खुणावीत होती टेकडीच्या पायथ्याशी एक अर्धवर्तुळ घेऊन रविकांताजवळ ती थांबली. तिच्या चेहऱ्यावरचा भाव पाहून तो क्षणभर अवस्थ झाला; पण क्षणातच तो मनमोकळेपणाने हसत म्हणाला, 'कॉंग्रेटस् ! पहिल्यांदाच का नाही सांगितलं की, तुम्हाला उत्तम तऱ्हेनं स्केटिंग करता येतं म्हणून?'

'तुम्ही तशी संधी दिलीच नव्हती.'

'मग तुम्ही संधीची वाट बघत होता तर !'

यावर तिला चटकन् उत्तर देता आले नाही. तिला त्या गोंधळलेल्या स्थितीत पाहून तो मनसोक्त हसला. रविकांताने हसतच तिला विचारले, 'चित्र पुरं झालं?'

पायाच्या पट्टया सोडत ती उत्तरली, 'चित्र केव्हाच पुरं केलं. पाहा ना!' आणि लहान मुलासारखे धावत जाऊन तिने चित्रफलक त्याच्या समोर धरला. रविकांताने ते चित्र आधीच पहिले होते. तिच्या चित्रापेक्षा तिचा चेहराच त्याला भुरळ पाडीत होता. चित्रावरील दृष्टी न काढताच तो म्हणाला, 'चित्र पुरं झालं म्हणता?'

'हो. का?'

'चित्रकर्तीचं नाव कुठं आहे यावर?'

हसतहसत तिने कुंचला हातात घेतला आणि तांबड्याकाळ्या रंगांचे मिश्रण घेऊन तिने आपले नाव चित्राच्या कोपऱ्यात रेखाटले– 'उमा.'

'उमादेवी, अगदी अनपेक्षित ओळख झाली नाही आपली?'

'ओळख फक्त मीच करून दिली. तुमचं नाव कुठं कळलंय मला?'

'माझं नाव रविकांत. मुंबईला असतो मी.'

'अरे वा! आपण दोघं मुंबईकर आहोत तर! बरं झालं बाई, या अनोळखी प्रदेशात सोबत मिळाली.'

'किती दिवस गुलमर्गला राहणार आहात आपण?'

'छे, आज परतणार आहे मी. उद्या पेहेलगामला जायचं नक्की केलं आहे. तुम्ही राहणार आहात वाटतं?'

'हो चार दिवस मी इथंच राहणार आहे; पण नंतर श्रीनगरला परतेन. तुम्ही 'शालीमार' बोटीत चौकशी केलीत, तर भेटता येईल आपल्याला.'

रविकांताने पङ्या खांद्यावर घेतल्या. उमेने आपले रंगसाहित्य गोळा केले. आणि दोघे परतू लागली. ऊन चढत होते. सारे बर्फ अतिशय चकाकत होते. दूरवर 'सन् शाइन' शिखर सूर्यकिरणांच्या सोनेरी रंगात तळपत होते. ते शिखर रविकांताने उमेला दाखविले. त्या वेळी उमा म्हणाली, 'केवढं सार्थ नाव दिलंय नाही त्या शिखराला?'

'काश्मिरमध्ये अशा कितीतरी जागा आहेत; पण त्या अशा उभ्या-उभ्या पाहता यायच्या नाहीत. तेवढ्यासाठी दरवर्षी मी इथे येतो.'

उमेने गुलमर्ग सोडल्यापासून रविकांताचे मन गुलमर्गमध्ये रमू शकले नाही. कसल्यातरी अज्ञात, सूक्ष्म भावनेने त्याला अस्वस्थ केले होते. श्रीनगरला तो परत आला. तेव्हा त्याला बरे वाटले. त्या दिवसापासून शिकाऱ्यातून फिरताना, श्रीनगरच्या रस्त्यावरून हिंडताना त्याचे डोळे उमेला शोधत होते.

एक दिवस संध्याकाळी तो सहलीसाठी आपल्या हाऊसबोटीतून बाहेर पडला. शिकाऱ्यातून फिरूनफिरून तो नगीन सरोवरात आला. आजूबाजूचे सृष्टिसौंदर्य पाहण्यात रविकांत दंग झाला होता. शांत अशा नगीन सरोवरातून रविकांताचा शिकारा हळूहळू पुढे जात होता. शिकारेवाले एक साथीत वल्ही मारीत होते. आणि चुबक् चुबक् असा आवाज करीत शिकारा पुढे जात होता. अचानक त्याला पाण्यावर एक गुलाबी प्रतिबिंब दिसले. त्याने दचकून वर पाहिले तो त्याच्या शिकाऱ्याशेजारी एक दुसरा शिकारा लागला होता आणि त्या शिकाऱ्यातून उमा त्याच्याकडे पाहून हसत होती. रविकांत विस्मयचकित होऊन तिच्याकडे पाहात होता. मावळते किरण तिच्या आरक्त मुखावर आणि गुलाबी साडीवर परावर्तित होत होते. तिचे त्या वेळचे सौंदर्य त्याला निराळेच वाटत होते. तिच्या प्रश्नाने तो भानावर आला.

ती त्याला विचारीत होती, 'काय, ओळख आहे का?'

'विसरू शकलो असतो, तर बरं झालं असतं. केव्हा आलात पेहेलगामहून?'

'कालच! तुम्ही केव्हा आलात?'

'झाले पाचसहा दिवस. पेहेलगाम जास्त आवडलं की गुलमर्ग?'

'गुलमर्ग.'

'वाटलंच !'

'काय म्हणालात?'

'काही नाही !' रविकांत हसून म्हणाला.

'पण तुम्हाला काय आवडलं काश्मिरमध्ये?'

'खरं सांगू?'

'हं !'

'काश्मिरचं स्त्रीसौंदर्य !'

नकळत उमेच्या मुखावर अपमान आणि अभिमान या संमिश्र विकारांची छटा उमटून गेली. रविकांत रोखून पाहात होता. तोच त्याच्या कानावर 'हुजूर' अशी हाक आली. गुलाबाच्या गेंदांनी शिगोशिग भरलेल्या छोट्या नावेत उभी राहून एक काश्मीरी स्त्री हाक मारीत होती. रविकांताने आपल्या पाकिटातून दहादहाच्या दोन नोटा त्या स्त्रीच्या नावेत फेकल्या व उमेकडे बोट दाखवत तो म्हणाला, 'ही सारी फुलं त्यांना दे.'

त्या स्त्रीने आनंदाने आपली नाव वळवली व उमेच्या शिकाऱ्याला भिडवून गेंदेदार फुलांनी भरलेली आपली नाव रिती करावयाला सुरुवात केली. पायांशी पडणाऱ्या त्या फुलांकडे आश्चर्याने पाहात उमा म्हणाली,

'हे काय रविकांत ! मी इतकी फुलं घेऊन काय करू?'

'काही माणसांना आपल्या सौंदर्याचा गर्व असतो; ही फुलं तो गर्व उतरू शकतात.

'अनुभव आहे वाटतं?' उमेने खोचकपणे विचारले.

'हो तर!' रविकांताने हसत सहजपणे उत्तर दिले.

उमेला ते सहन झाले नाही. तिने खूण केली आणि तिचा शिकारा झरझर दूर जाऊ लागला. दूर जाणाऱ्या शिकाऱ्याकडे रविकांत समाधानाने पाहात होता.

त्या घटनेपासून उमेच्या मनात कोणत्या भावनांचे काहूर उसळले होते ह्याचे नेमके निदान तिला करता आले नसते; पण रविकांताच्या त्या विक्षिप्त वर्तणुकीचा अर्थ ती आपल्या मनाशी लावीत होती. गुलाबाची फुले तिला देण्यात त्याने तिच्या स्वाभिमानाला एकीकडे दुखवले होते व दुसरीकडे तिच्या सौंदर्याचा गौरवही केला होता.

पण एक गोष्ट मात्र तिला आता माहीत झाली होती आणि ती म्हणजे आपले अंत:करण ती त्याला देऊन बसली होती.

सायंकाळच्या धूसर वातावरणात उमेचा शिकारा जेहलमच्या पात्रातून जात असताना तिचे मन अधिक बेचैन झाले होते. त्या चिंचोळ्या नदीपात्राच्या दोन्ही बाजूंनी हाऊसबोटी लागल्या होत्या. बोटींच्या मिणमिणत्या खिडक्यांकडे पाहताना तिला रविकांताच्या 'शालीमार' बोटीची आठवण झाली. तिने शिकारावाल्याला त्या बोटीचा पत्ता विचारला. त्याने तिला पत्ता सांगितला. उमेने आपला शिकारा 'शालीमार' गृहनौकेकडे नेण्यास आज्ञा केली. शिकारा झपझप जाऊ लागला. जसजसा शिकारा गृहनौकेच्या जवळ जाऊ लागला, तसतशी उमा अधिक अस्वस्थ झाली. तिला कुठेतरी आत वाटत होते, की इथूनच नाव परतवावी. शिकारा थांबला. तिने पाहिले

तो एका गृहनौकेला तिचा शिकारा लागला होता. त्या नौकेचा दरवान तिच्याकडे पाहात होता.

'रविकांतसाहेब आहेत का?' तिने विचारले.

'नाहीत; पण तासाभरात येतील ते परत.'

उमा परतण्यासाठी मागे वळली त्या वेळी तिचे लक्ष नौकेवर गेले. नौकेच्या आतल्या एका खोलीत दिवा लागला होता. ती जेव्हा आली, तेव्हा तेथे दिवा नव्हता. तिने आपली पावले परत वळवली व 'मग मी तोवर त्यांची वाट पाहते.' असे म्हणत ती शिकाऱ्यातून बाहेर पडण्यासाठी उठू लागली, तेव्हा तो दरवान काहीशा काठोर आवाजातच म्हणाला, 'बाईसाहेब, माफ करा. पण आपल्याला इथे थांबता यायचं नाही.'

'बाबूल!' आतून हाक आली. तो आवाज रविकांताचाच होता. 'त्यांना आत पाठव.'

दरवान शरमिंदा होऊन उभा होता. त्याच्याकडे न पाहताच उमा वर चढली व तिने नौकेत प्रवेश केला. समोरच्या सजवलेल्या खोलीतच रविकांत कोचावर पडला होता. त्याच्याजवळ सुरई व मद्याचे पेले एका स्टूलवर ठेवले होते. रविकांताचे डोळे धुंद होते. त्याच्यावर नजर फिरवून उमेने त्या पेल्याकडे बोट दाखवत विचारले, 'येवढ्याचसाठी मला परत पाठवत होतात का?'

'नाही. तसं नाही. पण सहसा मी कुणाला अशा स्थितीत भेटत नाही. बैस ना.'

उमा बसण्यासाठी जवळच्या खुर्चीकडे गेली, त्या वेळी खुर्चीवर पडलेल्या फेरन्कडे तिचे लक्ष गेले. तिने ते वस्त्र उचलीत रविकांतला विचारले, 'ही फेरन् कुणाची?'

क्षणभर रविकांत घोटाळला व स्वत:ला सावरत म्हणाला, 'दरवानची असेल.' उमेने दरवानला हाक मारली व तोच प्रश्न विचारला. रविकांताकडे न बघताच त्याने ती फेरन् आपली नसल्याचे तिला सांगितले. दरवानला बाहेर जायला सांगून ती नौकेच्या आतल्या भागात जाऊ लागली तेव्हा रविकांत धडपडत उठला व तिला म्हणाला, 'थांब! कुठे चाललीस?'

'आत मला हाऊसबोट पाहावयाची आहे.' असे म्हणत ती जाऊ लागली. तिला अडवत रविकांत किंचित कठोरपणे म्हणाला, 'उमा, ऐक! आत जाऊ नकोस.'

त्याच्या उद्गारांकडे दुर्लक्ष करून त्वरेने उमा आत शिरली. आतल्या पहिल्याच खोलीत असलेल्या पलंगावर एक काश्मिरी तरुणी बसली होती. उमेला पाहताच ती तरूणी संकोचाने उभी राहिली. तिच्या चेहऱ्यावर अपराधी भाव स्पष्ट दिसत होता. उमेच्या अंत:करणात संतापाची एक ऊर्मी शिनशिनून गेली.

उमेने तिला विचारले, 'का आलीस तू इथे?'

'ती आली नाही. मी तिला इथे आणलं आहे.'

उमेच्या पाठीमागे येऊन उभ्या राहिलेल्या रविकांताने ते उद्‌गार काढले होते. उमेने तिटकाऱ्याने रविकांताकडे पाहिले. त्याची मुद्रा निर्विकार होती. उमा त्यामुळे जास्तच संतापली; पण संताप व्यक्त कसा करावा हेच तिला कळत नव्हते. एक वेळ रविकांताच्या चेहऱ्यावर अपराधी भाव अथवा त्याचा अगतिकपणा दिसला असता, तर तिला बरे वाटले असते. पण रविकांत तिच्यापुढे बेडर वृत्तीने पाहात उभा होता. उमेने आपल्या पर्समधून खूपशा नोटा बाहेर काढल्या व त्या तरुणीच्या तोंडावर फेकत ती शक्य तेवढ्या शांतपणे म्हणाली, 'यापेक्षा तुझ्या मालकांनी तुला अधिक दिले असेल असं मला वाटत नाही. तू जा!'

ती तरुणी जाऊ लागली. मध्येच उमेने तिला हाक मारून सांगितले, 'परत तू या बोटीवर दिसता कामा नये!' त्या तरुणीने ते शब्द ऐकले की नाही कुणास ठाऊक; पण ती चट्‌कन तेथून नाहीशी झाली. मग मात्र उमेचा स्वत:वरचा तोल पुरा सुटला. तिने संतापातिरेकाने रविकांताला विचारले, 'का तुम्ही इथे तिला बोलावलंत?'

तितक्याच छद्‌मीपणाने रविकांताने विचारले, 'का, तुला हेवा वाटला तिचा?'

'शरम नाही वाटत असं विचारायला? मला तिचा हेवा का वाटावा? मी फक्त...'

तिचे वाक्य पुरे व्हायच्या आतच रविकांत म्हणाला, 'तू हे ढोंग करते आहेस. मी तुला कालच सांगितलं होतं. मला भुरळ पाडणारं काश्मिरातलं सौंदर्य ते हेच आणि त्यासाठीच दरवर्षी मी इथे येतो.

उमा तितक्याच त्वेषाने उद्‌गारली, 'आणि इथे येऊन माणुसकीची ही विटंबना करता! इथल्या फुलांचा सुगंध घेता, फळांची मनमुराद चव चाखता, सृष्टिसौंदर्य पुरेपूर उपभोगता. पण तेवढ्यानं तुमचं दरिद्री अंत:करण तृप्त होत नाही. पैशाच्या जोरावर अशा तऱ्हेने तुमच्या पाशवी वासनाही तुम्ही भागवता. शरीरभोगाशिवाय तुम्हाला सुख मिळत नाहीच का?'

रविकांत शांतपणे उत्तरला, 'उमा ही तुझी वाक्यं कुठल्याही कादंबरीत शोभणारी आहेत. पण हे पाहा, मी जगावेगळा मनुष्य आहे. जगाचे प्रतिष्ठेचे संकेत मला मान्य नाहीत. माझ्या नैसर्गिक भुका मी मला योग्य वाटतील त्या मार्गानं भागवतो. जगाच्या दृष्टीनं तो मार्ग अप्रतिष्ठित असेलही. कदाचित तुमच्या नीतिनियमांची यात पायमल्ली होत असेल; पण मला त्याची पर्वा नाही. मी एक बेबंद व्यक्ती आहे असं समज वाटलं तर. मी कुणाचं ऐकत नाही आणि कुणी माझं ऐकावं असं मला वाटतही नाही. तू आज माझा अपमान केला आहेस! दुसरं कुणी तुझ्या ठिकाणी असतं, तर मी काय केलं असतं हे सांगवत नाही. मी तुझ्यावर रागावलो नाही; पण आता तू जा.'

उमेच्या डोळ्यांत नकळत अश्रू तरळत होते. तिच्या मनात असूनही तिचा पाय उचलत नव्हता. ते पाहून रविकांत म्हणाला, 'का? का थांबलीस?

कशीबशी उमा म्हणाली, 'जायच्या आधी एक वचन द्याल?'

'कोणतं?'

'पुन्हा हा प्रकार इथं होणार नाही असं!'

रविकांत काहीही उत्तर न देता फक्त हसला नि एकदम स्तब्ध झाला. नंतर थोड्याशा गंभीरपणाने तो म्हणाला, 'तुला माझ्याबद्दल एवढी काळजी का वाटते? मी म्हणजे कालपरवा ज्याची ओळख झाली आहे असा तिऱ्हाईत इसम! त्याच्या जीवनाचा व चारित्र्याचा थांग लावण्याचा का प्रयत्न करतेस याचंच मला आश्चर्य वाटतं.'

'तुम्हाला ते कळलंय, पण तुम्ही लपवण्याचा प्रयत्न करता आहात.' उमेचे डोळे त्याच्या अंतरंगाचा ठाव घेऊ पाहात होते.

'जाऊ दे उमा. तुला हवं असलेलं वचन मी देतो; पण उमा हा माझ्यावर अन्याय नाही का?'

ते ऐकताच उमेचे सर्वांग विजेसारखे थरारले. पण दुसऱ्याच क्षणी तिने मनाचा निर्धार केला. पण तिच्या मनात उमटलेला तिटकारा ती लपवू शकली नाही. शक्य तेवढा संयम राखून ती म्हणाली, 'एवढ्याच गोष्टीत जर तुमचं सुख सामावलं असेल, तर हाक मारा मला. मी येईन.' आणि ती रविकांताकडे न पाहताच निघून गेली.

स्वप्नातदेखील असे उत्तर मिळेल असे रविकांतला कधी वाटले नव्हते. ती गेली त्या दिशेकडे तो पाहतच राहिला.

आजवर जीवन खरीदण्याची रविकांताला सवय होती. तेच खरे जीवन आहे असे तो समजत होता. पण उमा भेटल्यापासून तो अस्वस्थ झाला होता. असे का व्हावे, हेच त्याला समजत नव्हते. तिच्या प्रेमाचे सोज्वळ स्वरूप पाहून रविकांताला जीवनात श्रद्धा बाळगावी असे कुठेतरी वाटत होते. ती नवी जाणीव सुखद होती तरी, तिचा स्वीकार करावयाला रविकांताचे मन तयार होत नव्हते. त्याला वाटत होते, की आपण भेकड बनतो आहोत, दुबळे बनतो आहोत.

त्यानंतरचे दोन दिवस उमा अगदी अस्वस्थ मन:स्थितीत होती. तिच्या मनात असूनसुद्धा तिने कटाक्षाने रविकांताला टाळले होते. आता तो तिच्याकडे येईल की नाही ह्याची तिला शंकाच होती.

ह्याच विचारात असताना उमेने मोठ्या आळसात आपल्या अंगावरची दुलई बाजूला केली व ती बाहेर आली. बाहेर येताच ज्या चिनारबागेत तिची नौका नांगरली होती त्या बागेच्या सकाळच्या प्रसन्न वातावरणाने तिला थोडे बरे वाटले. समोर दिसणाऱ्या भव्य चिनार वृक्षांची सावली सरोवराच्या मध्यभागापर्यंत पोचली होती.

प्रवाहातून जाणाऱ्या नावांनी उठणाऱ्या लाटांमुळे त्या छाया कंपित होऊन विलोभनीय रूपे घेत होत्या. प्रवाहातून भाजीने व ताज्या कंदमुळानी आच्छादलेली एक नाव तिच्या बोटीनजीक लागलेली होती व तिची मोलकरीण भाजी खरीदत होती. त्यावेळी त्या नौकेच्या रोखाने येणाऱ्या शिकाऱ्याकडे उमेचे लक्ष गेले. त्यात रविकांत तर नसेल ना, अशी तिला शंका आली आणि तीच शंका खरी ठरली.

नौकेला शिकारा लागताच रविकांत झरझर वर चढून आला व तिला म्हणाला, 'राग गेला ना?'

'केव्हाच!' मनातला आनंद लपवीत उमा म्हणाली, 'आज भाजी फार चांगली दिसतेय्. जेवायला राहा ना इथंच?'

'छे! मी तर तुला आज न्यायला आलोय.'

'कुठे?'

'कोकरनागला.'

'परतायचं केव्हा?'

'चारपाच दिवसांत. कालच सारी तयारी मी केली आहे. ट्राउट् फिशिंगचे परवाने मी काढले आहेत. पुढं तंबू, गळछड्या, नोकर पाठवले आहेत.'

'किती अवकाश आहे निघायला?'

'तुझं झालं की निघायचं.'

उमेने झटपट तयारी केली व आपली छोटी बॅग घेऊन ती बाहेर आली. दोघेही मिळून शिकाऱ्यात बसली आणि शिकारा जाऊ लागला. शिकारा जात असताना उमेच्या मनात येत होते, की 'ह्याचे हे अफाट चैनीचे छंद कुठवर चालणार? आणि त्यासाठी लागणारा पैसा हा आणतो तरी कुठून?'

तिने रविकांताला विचारले, 'आपण पुढं कसं जायचं?'

'श्रीनगरहून मोटारीनं जायचं. अवघं पन्नास मैलांवर तर आहे ते ठिकाण.'

मोटार भरवेगाने अंतर काटत होती. त्या वेळी न राहवून उमेने विचारले, 'रवी आपल्याला दिवसाला किती खर्च येईल?'

'येईल तीनशेच्या आतबाहेर! अशा वेळी खर्चाची कोण पर्वा करतो?'

'पण तेवढा मोबदला तरी मिळतो का?'

'तू कलावंत आहेस. उमा, निदान तू तरी हा प्रश्न विचारायला नको होतास. अग, निसर्ग जिथं येवढा उदार आहे, तिथं माणसानं का क्षुद्र बनावं?'

'अरे वा, तूदेखील कवी झालास की! पण हे पैशाचे खेळ कवीचे नव्हेत बरं. खरंच, एवढा पैसा तू आणतोस तरी कोठून?'

'ऐकायचं आहे तुला? शेअरबझार ही माझी कमाईची जागा आहे.'

'आणि गमवायची जागा काश्मीर वाटतं?'

'नाही ग. आणखीन एक आहे.'

'ही कुठली जागा काढलीस?'

'महालक्ष्मी—'

'पण ह्या आवक-जावकाचा ताळमेळ बसतो ना बरोबर?'

'नुसता मेळच बसत नाही, तर शिल्लकही अफाट राहते आणि म्हणूनच—'

'एकूण सुखी आहेस तर!'

पण त्यावर काही न बोलता त्याने मोटारचा वेग वाढवला. गाडी भरवेगाने दोन वळणे घेऊन पुढे जाताच तो म्हणाला, 'उमा, ते पाहिलंस, समोर पर्वताच्या पायथ्याला जी वस्ती दिसते ना, तेच आपलं कोकरनाग.'

कोकरनाग उमेला आवडले. पर्वतावरून खळखळत, फेसाळत येणाऱ्या त्या प्रवाहाच्या एका निवान्त काठावर रविकांताने पुढे पाठविलेले तंबू ठोकले होते. दिवसभर गमशूज चढवून, त्या उथळ पाण्यात गळछड्या टाकून मासे पकडण्यात उमा देहभान विसरून गेली होती. रविकांताच्या सहवासात तिचे वागणे त्या अवखळ प्रवाहाला लाजवील इतके खेळकर झाले होते. सायंकाळी बर्फाच्छादित शिखरांवरून येणारे गारेगार वारे तिच्या अंगाचे सुखद चावे घेत होते. ती दोघे तंबूत आली. जेवण घेतल्यानंतर तिच्या लक्षात आले की, तिथेच दोन वेगवेगळ्या प्रवासी कॉटस् टाकल्या होत्या. तिच्या डोक्यात झटकन् कल्पना आली. तिने चमकून विचारले,

'तू कुठे झोपणार?'

'अर्थात इथंच! दोन तंबू तर आहेत. एक नोकरांचा नि दुसरा आपला. का? भ्यालीस?'

बेफिकीरपणाचा आव आणत उमा म्हणाली, 'मी कशाला भिऊ? पण हे पाहा, तू आता बाहेर जा. कपडे बदलते मी.'

कपडे बदलून उमा तंबूच्या बाहेर आली, तेव्हा रविकांताने तिच्याकडे पाहिले. चांदण्याच्या धूसर प्रकाशात तिची कमनीय आकृती त्याला विलोभनीय वाटली. त्याच्यातले सारे विकार उफाळून आले. त्याने पुढे होऊन तिच्या कमरेभोवती आपल्या पुष्ट हाताचा विळखा दिला आणि तिच्या ओठावर ओठ टेकले. उमेला त्याच्या उष्ण ओठांचा स्पर्श हवाहवासा वाटत होता; तरीसुद्धा त्याला प्रतिकार करीत ती म्हणाली, 'रवी, हे केलंच पाहिजे का? आणि ती किंचित बाजूला झाली.

'पाहिलंस उमा! बोलणं सोपं असतं; पण वेळ आली की हे असं होतं! ठीक आहे. पुन्हा त्रास देणार नाही मी. विसरून जा. गुड नाईट!' असं म्हणून तो तंबूत शिरला. त्याच्या पाठोपाठ आत जाण्याचे धाडस उमेला झाले नाही. उमा दिङ्मूढ होऊन बराच वेळ तेथे उभी होती. समोर हिमालयाची धवल शिखरे ओळीने उभी

होती. चंद्राच्या नाजूक करेत सृष्टी मुग्ध झाली होती. उत्तुंग हिमालय व मंजूळ खळखळाट ह्या गूढरम्य वातावरणाने उमेच्या मनावर धुंद नशा आली. तिने तंबूत प्रवेश केला. तंबूच्या फटीतून आत आलेला तिरपा चंद्रकिरण रविकांताच्या निद्रिस्त मुखावर पडला होता. उमा पुढे गेली आणि त्याच्या मस्तकावर ओणवी होऊन तिने आपले नाजूक ओठ त्याच्या विशाल भालप्रदेशावर टोकले. आणि मग तिला आपण सृष्टीच्या एकरूपतेत सामावलो आहो असे वाटले.

कोकरनागहून परतल्यापासून उमेच्या मनात विलक्षण बदल झाला होता. तिला आता स्वत:चे अस्तित्वच नव्हते. याआधी ती एका श्रीमंत बापाची एकुलती एक लाडकी लेक म्हणून स्वच्छंदाने व स्वैरपणाने वावरू शकत होती. पण आता प्रणयाच्या धुंद पाशात तिचा जीव गुंतला होता. या स्वप्नाळू स्मृतीच्या पलीकडे तिच्यापुढे प्रश्न उभा होता. ती स्वत:ला विचारत होती, 'ह्याचा शेवट काय?' रविकांताबरोबर गेले चार दिवस शिकाऱ्यातून हिंडताना, शाही बागेतून फिरताना ती स्वत:ला हाच प्रश्न विचारीत होती. रविकांताला जो प्रश्न विचारायचा धीर करायला ती आपल्या मनाला शिकवत होती, ते मन अजूनही तयार झाले नव्हते. पण तिने हिय्या केला. निशातबागेकडे शिकारा जात असताना तिने विचारले,

'रवी!'

'काय?'

'अगदी खरं सांगशील?'

'सांगेन! 'म्हणून तो हसला व तिला बोलण्याचा अवसर न देता पुढे म्हणाला, 'तू मला फार आवडतेस. माझं तुझ्यावर प्रेम आहे.'

'मग आपण लग्न केव्हा करायचं?'

'काय म्हणालीस?' उमेला काय उत्तर द्यावे हे कळेना. रविकांतच पुन्हा म्हणाला, 'त्याची खरंच जरुरी आहे का उमा?'

उमेला रविकांताचा रोख उमगू लागला होता. ती कठोरपणे म्हणाली, 'मग हे असंच जन्मभर चालणार आहे वाटतं?'

'चालेलही कदाचित्. उमा, मी पहिल्यांदाच तुला सांगितलं होतं, की मी एक बेबंद मनुष्य आहे. जगाचे निर्बंध मला मान्य नाहीत.'

'पण रवी, तू मनुष्य तर आहेस ना? तुला दुसऱ्याच्या जिवाशी असा निर्दय खेळ खेळताना काहीच का वाटत नाही? जीवनात अशा काही भावना आहेत, की ज्यांची बंधनं माणसाला मानावी लागतात. जर मानली नाहीत, तर माणसाचं जीवन अपूर्ण राहतं. याची जाणीव आहे का तुला?'

'कसली अपूर्णता? जोवर पैसा आहे, तो कमवण्याची कुवत माझ्या ठायी आहे, तोवर सुखासाठी आशाळभूतपणे पाहण्याची माझ्यावर कधीच पाळी यायची

नाही. उमा, स्पष्ट बोलतो, माफ कर. तुलासुद्धा माझ्या संपत्तीचं व बडेजावाचं आकर्षण आहे हे तुला नाकबूल करता यायचं नाही...'

त्या उद्‌गारांसरशी उमेचा मनावरचा तोल सुटला. तिच्या साऱ्या शरीरावरून अपमानाच्या झिणझिण्या उठल्या आणि 'रवी ऽऽ' असे किंचाळत तिने त्याच्या श्रीमुखात भडकवली! आपण काय केले हे तिला कळले नाही. पण रविकांत स्तब्ध होता. ते दृश्य तिला त्याहूनही असह्य झाले. ती स्फुंदत आणि काहीशा आवेशानं म्हणाली,

'तू कृतघ्न आहेस. तुझ्या संपत्तीची अभिलाषा मला दाखवतोस? तुझी भूल आहे ती! तुला संपत्तीचा दिमाख वाटतो तर ऐकून ठेव, माझ्या वडिलांच्या मालकीच्या दोन गिरण्या अहमदाबादला आहेत. त्यांची मी एकुलती एक मुलगी आहे. संपत्तीनंच तुला विकत घ्यायचं झालं, तर मला ते अशक्य आहे असं वाटत नाही.'

एवढे बोलून ती किंचित्‌ अडखळली. पण संताप निवालेला नव्हता. किंचित्‌ पश्चात्तापाच्या सुरात ती म्हणाली, 'मला वाटलं होतं, की तुझ्यात काही आंतरिक गुण आहेत; त्यांचं आकर्षण वाटत होतं मला. पण माझंच चुकलं असं मला वाटू लागलंय आता. आजपर्यंत तुझ्या जीवनात अनेक स्त्रिया येऊन गेल्या असतील. पैशाच्या बदल्यात सर्व काही मिळतं ही धुंदी अजून तुझ्या डोळ्यांवरून उतरली नाही. तुझ्या जीवनात आलेल्या एका तरी स्त्रीला तू ओळखलंस? तुला त्या वेळेपुरतं का होईना, पण आपलं सर्वस्व अर्पण करायला त्या का तयार झाल्या याचा विचार तू केलास कधी? आणि त्याच स्त्रियांचा निकष तू मला लावू पाहतोस!'

उमा त्यानंतर थोडी तिरस्काराने हसली. नंतर काही निश्चय करून प्रत्येक शब्दावर आघात करीत म्हणाली, 'जीवनातील तू एक सौदागर आहेस. मी तुझ्यावर का प्रेम केलं हे कधीच समजायचं नाही तुला! जर कधी काळी तुला हे कळलंच तर विश्वास ठेव माझ्यावर– तेव्हा तुला फार मोठा पश्चाताप भोगावा लागेल...फार मोठा!'

मग मात्र तिला मनातले कढ आवरता आले नाहीत. तिच्या डोळ्यांतून अश्रू झराझर पाझरत होते. रविकांत दिङ्मूढ होऊन तिच्याकडे पाहत होता. त्याच्या डोळ्यांत आता निराळीच भावना चमकू लागली होती. थोडा वेळ कुणी काही बोलले नाही.

'रविकांत, मला माझ्या बोटीवर परत पाठव. शिकारा परत फिरवायला सांग.'

रविकांताला काय बोलावे हेच समजेना! स्त्रीत्वाचे इतके सात्विक व तेजस्वी दर्शन त्याला आयुष्यात प्रथमच होत होते. त्याने मुकाट्याने तिला तिच्या नौकेवर सोडले व तो आपल्या नौकेवर आला. सारी रात्र त्याने जागून काढली. त्याच्या अंत:करणात फार विलक्षण पोकळी निर्माण झाली होती आणि ती जागा एकट्या उमेखेरीज कोणीही भरू शकणार नाही हे त्याला समजू लागले होते.

दूर क्षितिजावर दिशा उजळू लागल्या होत्या. नदीच्या पात्रातून जाणाऱ्या

नावाड्यांनी काढलेले आलाप वातावरणात विरत होते. रविकांताने आपल्या मनाशी निश्चय केला. आतापर्यंत त्याच्या अहंकाराचा बंधारा त्याच्यापुढे विक्राळ स्वरूपात होता; पण नवीन उद्‌भवलेल्या या अनोख्या प्रीतीच्या प्रमत्त प्रवाहाने तो आत पार ढासळून गेला होता. उमेकडे जाण्यास त्याचे मन अधीर झाले होते. शिकाऱ्यात बसून जाताना मधले अंतर केव्हा संपेल असे त्याला वाटत होते, पण त्याच वेळी ती आपल्याला जवळ करील काय ही शंका त्याला भेडसावत होती. उमेची नौका जसजशी त्याला दिसू लागली, तसतशी त्याची वृत्ती अनावर होऊ लागली. शिकारा नौकेला लागताच तो झटकन् पायऱ्या चढून वर गेला. त्याला पाहताच मोलकरीण लगबगीने आत गेली. तेवढ्यात रविकांताचे लक्ष भोवताली गेले. निघायची सारी तयारी उमेने करून ठेवली होती. 'उमा जाणार' ही कल्पनासुद्धा त्याला असह्य वाटली. मोलकरीण बाहेर आली. रविकांताने विचारले, 'उमा कुठे आहे?'

'बाईना बरं नाही, त्या कुणाला भेटू शकत नाहीत.'

मोलकरीणीचे पहिले वाक्य ऐकून न घेताच रविकांत आत शिरला. उमा पलंगावर अस्वस्थ पडली होती. दुःखातिशयाने तिचा चेहरा म्लान झाला होता. रविकांताकडे पाहून तिने कठोर स्वरात विचारले, 'का आलास तू इथे?'

'जशी माझ्या इच्छेविरुद्ध तू माझ्या बोटीवर आली होतीस, तसाच मी आलो आहे.'

'पण आज मी वेगळी आहे!' उमा बधिर स्थितीत बोलत होती.

'तसं तुला होता येणार नाही, उमा!' रविकांताच्या डोळ्यात अश्रू उभे होते. 'मी खरोखरच तुझ्याविना पोरका होईन. आजवर मी कुणापुढे क्षमा मागितली नाही; पण आज मी तुझी क्षमा मागायला आलो आहे!' पुढे न बोलवून तो पुढे आला. उमेचे दोन्ही हात हातात घेऊन त्यांनी आपले तोंड झाकीत व्याकुळतेने तो म्हणाला, 'सांग उमा, तू माझ्याशी लग्न करशील?'

उमेने त्याचे मस्तक जवळ ओढले. डोळ्यांतून आनंदाश्रू वाहात असतानाच त्याच्या भालप्रदेशाचे तिने आवेगाने चुंबन घेतले. रविकांत त्या स्थितीतही खुदकन् हसला. उमाने विचारले, 'का हसतोस?'

'काही नाही, सहज!'

'खरं सांग. माझी शपथ आहे.'

'मला त्या रात्रीची आठवण झाली.''

'कुठल्या?'

'कोकरनागला ज्या रात्री मी निद्रिस्त आहे असं समजून, तू असेच माझ्या भालप्रदेशावर ओठ टेकले होतेस...'

'चल रे!' असे म्हणत उमा त्याची मिष्कील नजर चुकवीत मान मुडपून लाजली

आणि त्या लाजेने ती त्याला जास्तच बिलगली. त्याला ऐकू जाईल इतक्या हलक्या आवाजातच ती म्हणाली, 'भारी दुष्ट आहेस तू!' पण जेहलम्च्या खळबळणाऱ्या प्रवाहाच्या गुणगुणण्यात उमाचे हे शद्ब रविकांताने ऐकले की नाही कुणास ठाऊक!

■

ताजमहाल

'साहेब, बारा वाजता दरवाजे बंद होतात इथले.' मी एकदम दचकून जागा झालो. दोन वाजून गेले होते. भव्य संगमरवरी ताज आणि सारा आसमंत दुग्धधवल चांदण्याच्या रुपेरी मायेनं लोभस दिसत होता. सुरूच्या वृक्षांना बिलगून बसलेला द्वादशीचा चंद्र मोगरीच्या कळीसारखा मुग्धमधुर हसत होता.

पण आता दरवाजे बंद झाले आहेत आणि ते सकाळपर्यंत उघडणार नाहीत, या जाणिवेनं माझ्या मनात व्याकुळतेची एक पोकळी निर्माण झाली; पहारेकऱ्यांची सूचना कानात घुमू लागली.

सारा दिवस आग्रा शहर पाहण्यात खर्च करून चांदण्यात नहाणारा ताज पाहण्यासाठी जेव्हा मी ताजच्या बगिच्यात प्रवेश केला, तेव्हा एका अनामिक व गूढ भावनेच्या स्पर्शानं मी भारावून गेलो. रात्र केव्हा उलटली आणि डोळा केव्हा लागला हे मला कळलं नाही. अचानक जाग आली तेव्हा, दोन वाजून गेले होते.

मी ताजकडे पाहिलं, ते भव्य कातीव मनोरे जणू चंद्रकिरणांचे कोमल पाश माझ्याभोवती टाकून, मला बद्ध करीत होते. त्या सौंदर्याच्या महान दौलतीची खैरात माझ्या एकट्यावर होत होती. अनिमिष नेत्रांनी ते सौंदर्य पाहातच राहावं असं मला वाटलं. पण माझ्या अंतरंगात एक वेगळीच साद घुमत होती. माझी पावलं आपोआपच पुढं पडू लागली. संगमरवराच्या चिरेबंद फरशीवरून माझी पावलं पडू लागली. किती घुमत होते माझ्या पावलांचे पडसाद! ताजला एक वळसा घालून चंद्राच्या शांत प्रकाशाशी पुष्करणीत छुमछुमणाऱ्या कारंजाच्या रसधारा स्पर्धा करीत होत्या. ताजच्या प्रवेशद्वाराकडे पाठ करून मी ताज पाहू लागलो. चंद्रप्रकाशातील छाया-प्रकाशांच्या लपंडावात भुताटकी लपून राहिली आहे असं मला उगीचच वाटत होतं.

तोच धुक्याच्या जिभांनी पहाटेची थंड झुळूक मला चाटून गेली. माझ्या अंगावर

सर्रकन काटा उभा राहिला. तोल सावरता येईना म्हणून मी माझं श्रांत मस्तक एका चौथऱ्यावर विसावलं. ताजच्या अंतर्भागातून कुणाची तरी पावलं घुमत होती, जवळ येत होती. पुष्करणीतील जलमेखलेवर कारंजाच्या पडछायेचे वळ क्षणभर थरथरले. सुरूची झाडं भरल्या अंत:करणानं हेलावली आणि हळूहळू ताजचा दरवाजा उघडला गेला. मी डोळे विस्फारून पाहू लागलो.

त्या उघड्या दरवाज्यातून एक उंचीपुरी व्यक्ती संथसंथ पावलं टाकीत आली. ताजच्या बाहेर येताच ती व्यक्ती थांबली. मनोऱ्याच्या छायेतूनही त्या व्यक्तीची आकृती माझ्या अंत:करणावर कोरली गेली. लांबसडक नाक, खुरटी दाढी आणि मानेवर रुळणारे केस यामुळं त्या व्यक्तीच्या चेहऱ्याला एक गूढरम्यत्व प्राप्त झालं होतं. त्या व्यक्तीनं ताजकडे अनिमिष नेत्रांनी पाहायला सुरुवात केली. वाऱ्याच्या झुळकेनं तिच्या खांद्यावरून रुळणारा पायघोळ झगा फडफडला व त्या व्यक्तीच्या पायातील जरीच्या चढावांवरील नक्षीही क्षणभर उजळून निघाली. पण त्या व्यतिरिक्त इतर कोणतीही जिवंतपणाची चाहूल मला लागेना. सुरूची झाडं त्याच खिन्नपणानं थरथरत होती. भुताटकीच्या भीतीनं माझ्या थरथरणाऱ्या हातातील शिसवीची काठी निसटून फरसबंदावर पडली. त्या शांत, गंभीर वातावरणात तो आवाज किती घुमला! त्या व्यक्तीनं एकदम चमकून माझ्याकडे पाहात विचारलं, 'कौन है?'

त्या व्यक्तीची नजर मला दिसत नव्हती तरीही भेदून जात होती. भीतीनं माझी वाचा बसली. संथपणानं पावलं टाकीत त्या व्यक्तीनं माझ्याकडे यायला सुरुवात केली. पुन्हा एकदा तिनं मला प्रश्न केला, 'कौन हो तुम?'

'मैं मुसाफिर–'

'मुसाफिर! आणि ह्या वेळेला?' असं म्हणत ती व्यक्ती कुस्करलेल्या निशिगंधासारखी खिन्नपणानं हसली. तिनं ताजकडे आपली दृष्टी परत टाकली. आणि क्षणभरच त्या व्यक्तीचा गोरा, रेखीव चेहरा उजळून गेला. पण त्या क्षणदर्शनानंच माझी सर्व भीती नष्ट झाली.

मी म्हणालो, 'चांदण्यातील ताजचं अलौकिक सौंदर्य पाहात असता, त्याच धुंदीत मला झोप लागली. पहारेकऱ्यालाही मी दिसलो नसेन आणि जेव्हा जाग आली तेव्हा, सारे दरवाजे बंद झाले होते. त्यामुळं मी अडकून पडलो.'

माझ्या शब्दांतील अनुनय त्या व्यक्तीला जाणवला असावा. ती म्हणाली, 'भिऊ नको! समजलो मी. तुला पाहून फारफार आनंद वाटला मला. आज कैक वर्षांनी तुझ्यासारख्या प्रवाशाची गाठ पडत आहे.'

त्याच्या आर्जवी व नम्र उर्दू जबानीची मोहिनी काही वेगळीच होती. 'ताज आवडला?'

'हो, पण समाधान नाही झालं. कितीही पाहिलं तरी समाधान होतच नाही!'

हं, खरं आहे;' तो म्हणाला, 'काय काय दिसलं तुला ताजमधे?'

'ते कसं सांगू मी?' मी गोंधळून म्हणालो, 'ह्या अलौकिक सौंदर्याचं आणि महान प्रेमकथेचं वर्णन मी कसं करू? ताज पाहात असता मृत्युशय्येवर खिळलेली, पण प्रीतीच्या दिव्य स्पर्शानं भारावलेली अर्जूमंदबानू मला दिसते. तिची मरणकालची व्याकूळ दृष्टी मला व्यथित काते. एकनिष्ठ प्रेमाच्या सामर्थ्यानं अश्रूतून हे सुंदर शिल्प निर्माण करणारा तो सम्राट शहाजहान मला आठवतो–धन्य धन्य...'

'हं! ताज पाहाताना तुम्हाला शहाजहान आठवतो, नाही? अर्जूमंदबानूवरील त्याचं अलौकिक प्रेम तुमच्या नेत्रांसमोर उभं राहतं– होय ना?'

मला त्याच्या शब्दांतील उपहास सहन होईना. 'का? ते खोटं आहे का? शहाजहानच्या मुमताजवरील अलौकिक प्रेमामुळंच हा ताज निर्माण झाला. साऱ्या जगाला ते ठाऊक आहे.'

'मूर्ख आहे जग! ताज पाहताना तुम्हाला शहाजहान बादशहा व त्याचं अलौकिक प्रेम आठवतं. पण ज्याच्या अंत:करणाच्या गाभाऱ्यात हे अलौकिक शिल्प स्फुरलं, ज्याच्या अश्रूंनी या ताजची मूस ओतली गेली, ज्यानं आपल्या पंचप्राणांच्या ज्योतीनं ही सौंदर्याची प्राची उजळली, त्याचं नाव आठवतं कधी तुम्हाला?–नाही. उस्ताद इसाचं नाव ऐकलंस कधी?'

'उस्ताद इसा?'

'हो, इसा. टपोऱ्या मोगरीच्या गर्भात दडलेलं, बुलबुलाच्या कंठात थिजलेलं, चंद्रकिरणांत थरथरणारं, चराचरातील सुंदर वस्तूत अमूर्त असणारं सौंदर्य संगमरवराच्या फत्तरात ओतून कण अन् कण पुलकित करणारं हे महान शिल्प उभं केलं, त्या इसाचं नावही माहीत नाही तुला?'

'कोण होता तो?' मी भारावून विचारलं.

'होता एक वेडा. चराचर सृष्टीतील सौंदर्याच्या दर्शनानं देहभान हरपून धुंद होणारा–तेच त्याचं वेड होतं!'

मी तिथेच खिळून उभा होतो. त्या व्यक्तीनं मला खुणेनंच 'खाली बस' म्हणून सांगितलं. ती पुढं बोलू लागली– त्याचा जन्म एका खानदानी कलावंताच्या घराण्यात झाला. त्याची जन्मभूमी तुर्कस्तान, वयाची विशी ओलंडायच्या आतच त्याला 'उस्ताद इसा' म्हणून आदरानं संबोधू लागली. पण दगडामातीच्या साध्या बांधकामात त्याचं मन कधीच रमलं नाही. भव्य, कोमल व सुंदर असं शिल्प निर्माण करावं हीच त्याची तळमळ होती; आणि अचानक एक दिवस त्यानं हे ताजचं स्वप्न पाहिलं. हळूहळू त्या स्वप्नाला आकार येत होता. इसाला ताजखेरीज दुसरं काही दिसेना-सुचेना! वर्षं उलटत होती. ताजचा नक्षा तयार होत होता.

शेवटी एकदा तो नक्षा पूर्ण झाला! त्या दिवशी इसाच्या आनंदाला पारावार

राहिला नाही. तो मोठ्या आशेनं आपल्या देशाच्या सुलतानाकडे गेला. ते स्वप्न प्रत्यक्षात आणण्यासाठी लागणाऱ्या अवाढव्य रकमेची कल्पना येताच सुलतानानं शरमेनं मान खाली केली. चूक सुलतानाची नव्हती; सुलतानालाही न पेलणारं स्वप्न साकार करण्याची इच्छा इसाची होती. पण इसा नामउमेद झाला नाही. पृथ्वीवरील वैभवसंपन्न देशांची वर्णनं त्यानं रूमशाममध्ये ऐकली होती. त्यानं तिकडे धाव घेण्याचं ठरवलं.

तो इराणला गेला. तिथे त्या स्वप्नानं इराणच्या शहाचेही डोळे दिपून गेले. अनेक शहा-सुलतानांच्या त्यानं भेटी घेतल्या; पण त्याच्या स्वप्नाचा साक्षात्कार पाहण्याचं सामर्थ्य एकातही नव्हतं. त्यानं संपन्न हिंदुस्थानची कीर्ती ऐकली व तिकडे धाव घेतली. शहाजहानच्या वैभवाची व कलासक्तीची गीतं ऐकून तो मोठ्या आशेनं दिल्लीला आला. पण शहाजहान आग्र्याला होता.

त्याच सुमारास शहाजहानला अर्जूमंदबानू सोडून निघून गेली होती. दु:खानं पोळलेला शहाजहान आग्र्याला राहून विरक्तीत आयुष्य कंठीत होता. बानूच्या आठवणीत तो सदैव झुरत असे. इसाची निराशा झाली.

पण त्याच वेळी त्याला कळलं, की मुमताजच्या अलौकिक प्रेमाची साक्ष म्हणून एक अतिशय सुंदर असं स्मारक बांधण्याची मनीषा शहाजहान बाळगून आहे. आपल्या रम्य स्वप्नाची सांगता एका थडग्यासाठी व्हावी हे इसाला रुचेना; पण शहाजहानशिवाय इतर कुणीही त्याचं स्वप्न साकार करू शकणार नाही याची त्याला कल्पना होती. तो मोठ्या जड मनानं एक दिवस शहाजहानला भेटला.

त्याची हकिकत ऐकून शहाजहान म्हणाला, 'इसा, तू इतक्या लांबून मोठ्या आशेनं माझ्याकडे आलास! माझ्यावर जर हे दु:ख कोसळलं नसतं तर... वेड्या, माझ्या बानूचं स्मारक मला करायचं आहे– खरं आहे. माझ्या स्वप्नात एक सुंदर शिल्प आहे; पण पृथ्वीवरील कुणीही कलावंत ते पूर्ण करील असं मला वाटत नाही. चल माझ्याबरोबर!' असे म्हणत शहाजहान त्याला दुसऱ्या दालनात घेऊन गेला.

'पाहा!' त्या दालनात अर्जूमंदबानूच्या स्मारकासाठी जगातील दूरदूरच्या देशांतील श्रेष्ठ कलावंतांनी केलेले सुंदर नमुने होते. इसानं ते सर्व पाहताच शहाजहान म्हणाला, 'ह्यापेक्षा काही सुंदर आहे तुजजवळ?' त्या प्रश्नात निराशेचा कडवटपणा होता.

'होय,' इसा विश्वासानं म्हणाला. आणि टाळी वाजवून सेवकाला रेशमी वस्त्रानं झाकलेलं तबक आणायला त्यानं खुणवलं.

सेवकानं तबक आणून बादशहासमोर ठेवलं. शहाजहानच्या डोळ्यांत उत्सुकतेनं प्राण गोळा झाले. थरथरत्या हातानं इसानं ते वस्त्र दूर केलं. त्या तबकात ताजमहालाची छोटी प्रतिकृती होती. इसा बादशहाकडे व्याकूळ होऊन बघत होता; पण बादशहा काही बोलेना! तो अनिमिष नेत्रांनी त्या प्रतिकृतीकडे पाहात होता. पाहतापाहता त्याचे

डोळे अश्रूंनी भरले आणि रुद्ध कंठानं तो पुटपुटला, 'बानू!'

शहाजहानने आपले डोळे पुसले आणि इसाला मिठी मारून तो म्हणाला, 'उस्ताद इसा, हेच शोधत होतो मी आजवर; धन्य आहेस तू!'

इसाने आजवर असे अनेक उद्‌गार ऐकलेले होते! आणि प्रत्येक वेळेस त्याच्या पदरी निराशा पडली होती. त्या आठवणीनं शंकाकुल स्वरात इसा म्हणाला, 'शहेनशहा! स्पष्ट बोलण्याची माफी करावी. पण या स्वप्नाच्या पूर्तीसाठी अगणित द्रव्यं ओतावं लागेल. कदाचित् आपलं सारं वैभव–'

'कोई फिक्र नही!... खर्चाची काळजी तू करू नकोस. इसा, हे स्वप्न साकार झाल्याशिवाय माझ्या मनाला शांती मिळणार नाही!'

इसाच्या आनंदाला पारावार उरला नाही. त्याच्या कलाधुंद पाहिलेल्या स्वप्नाच्या कुशीत तो शांत मनानं झोपी गेला. पण त्या वेळी त्याला माहीत नव्हतं, की हीच त्याच्या आयुष्यातील शेवटची सुखनिद्रा होती!

दुसऱ्या दिवशी इसा शहाजहानला भेटायला गेला. शहेनशहा ताजचं संगमवरी प्रतीक पाहात होता. इसा आसनावर बसताच शहाजहाननं विचारलं, 'इसा, तुझ्या स्वप्नातील सौंदर्यमूर्ती प्रत्यक्षात आणण्यास मी राजी झालो म्हणून तुला फार आनंद झाला असेल, नाही?'

'शहेनशहा, माझ्या जीवनाचं सार्थक झालं असं मला वाटलं. तुमचे आभार कसे मानू मी?'

'इसा, 'शहाजहान गंभीरपणे म्हणाला, 'त्यासाठी लागणारा सारा खर्च मी देईन. मोगली सल्तनतीची सारी दौलत मी पणाला लावीन. जगातील सर्वश्रेष्ठ व सुंदर अशी ही इमारत ठरली पाहिजे. अर्जूमंदबानूचं हे स्मारकही तिच्यासारखंच अलौकिक ठरलं पाहिजे!'

'जहापनाह! माझी सारी कला मी पणाला लावून आपली इच्छा पूर्ण करीन.'

'करशील?' भेदक नजरेनं इसाकडे पाहात शहाजहाननं विचारलं, 'पण त्यासाठी तुला थोडा त्याग करावा लागेल!'

'खावंद, हे स्वप्न सत्यसृष्टीत उतरविण्यासाठी मी माझ्या घराचा, संसाराचा देशाचा-सर्वस्वाचा त्याग केला आहे. आणखी कसला त्याग करू? काय देऊ?'

'तुझे हात.'

'माझे हात!' इसा गोंधळून म्हणाला.

'होय–' पुन्हा अधिक कठोरपणानं शहाजहान म्हणाला, 'जेव्हा ताज पूर्ण होईल, तेव्हा तुझे हात तोडून टाकले जातील! आहेस कबूल?'

'कारण खावंद?'

'इसा, अर्जूमंदबानूचं स्मारक जगातील सर्वश्रेष्ठ व सुंदर शिल्प ठरलं पाहिजे,

एकमेव ठरलं पाहिजे. त्याच्या पासंगालाही उभी राहणारी इमारत पृथ्वीवर असता कामा नये. विचार कर. इसा, तुझे हात द्यावे लागतील तुला!'

त्यानंतर कैक दिवस इसा त्यावर विचार करीत होता. ज्या हातांनी त्यानं तो सुंदर नक्षा बनवला, ज्या हातांनी त्याच्या जीविताचं स्वप्न रेखाटलं, ते हात तोडायचे ही कल्पना त्याला सहन होईना. पण त्याला हेही समजत होतं, की त्याच्या हातांसाठी त्यानं जिद्द केली असती, तर त्याचं स्वप्न कधीही साकार झालं नसतं! शेवटी त्याच्या अंत:करणातील कलावंतानं त्याच्यावर मात केली!

ताजच्या बांधकामासाठी इसानं अग्र्याच्या दक्षिणेला यमुना-तीरावरील एक रमणीय जागा निवडली; पण खरी अडचण होती संगमरवराची. जयपूरच्या मक्राना व रायवळ येथे तो संगमरवर सापडला. ताजला लागणारा एकसाची संगमरवर जयपूरहून आणायला सुरुवात झाली.

पिवळ्या धमन्यांचा पांढरा संगमरवर राशींनी गोळा झाला. कानाकोपऱ्यातून हजारो शिल्पकार गोळा झाले. संगमरवराचे निर्जीव फत्तर इसाच्या स्वप्नाचं अमृत प्राशन करून अमर हास्य करू लागले. दिवसामागून दिवस उलटत होते, वर्षं जात होती आणि ताजच्या बांधकामाची पायाडं हळूहळू वरवर चढत होती.

बावीस वर्षांच्या अविश्रान्त परिश्रमांनंतर ताज पूर्ण झाला. फत्तेपूर शिक्रीहून आणवलेल्या तांबड्या दगडांनी ताजच्या भोवतालचा तट व सिंहद्वारही बांधून पूर्ण झालं.

आणि एक दिवस शहाजहाननं ताजमध्ये प्रथम प्रवेश केला. वार्धक्यानं जीर्ण झालेल्या शहाजहानचे पाय ताजच्या सौंदर्यानं नवजीवन घेऊन थरथरत होते. संगमरवरी जाळीदार पडद्यातून शहाजहान खाली उतरला. ताजच्या गाभ्यातील चारी भिंतींवर जगातून निवडून गोळा केलेली अमूल्य रत्नं जडवली होती. मधल्या चौथऱ्यावर दोन कबरी होत्या. एक मुमताजची व एक स्वत: शहाजहानसाठी. मुमताजच्या कबरीवर कुराणातील वेचे जडवलेले होते. त्या कबरीकडे पाहताच शहाजहानच्या अंत:करणातील जखम पुन्हा वाहू लागली. त्याला दु:खाचा उमाळा आवरेना. त्यानं अगतिकपणे रडायला सुरुवात केली. सारे स्तब्ध होऊन, भारावून ते दृश्य पाहात होते. भावनेचा पहिला आवेग ओसरताच शहाजहाननं आपले डोळे पुसले आणि तो बाहेर आला.

सिंहद्वारात शहाजहान येताच तिथे जमलेल्या हजारो लोकांनी 'शहेनशहा जिंदाबाद' म्हणून त्रिवार जयजयकार केला. प्रत्येक मजुराला सुवर्णमुद्रा वाटण्यात आल्या. शेकडो कलावंतांचा, शिल्पकारांचा बहुमोल रत्नं देऊन सत्कार करण्यात आला.

आणि शेवटी शहाजहान इसाकडे वळला. त्याला मिठी मारून तो म्हणाला, 'उस्ताद इसा! तुला काय देऊ मी? कोणती देणगी देऊ? जे हवं ते सांग!'

'शहेनशहा! मला तुमची दौलत नको, किताबात नको. माझे हात–'

'नाही!' शहाजहान कठोरपणानं म्हणाला, 'इसा, नाही! आपलं आधीच ठरलं होतं!'

'शहेनशहा, 'इसा रुद्ध कंठानं म्हणाला, 'एवढी भीक घाला मला. मी तुम्हाला वचन देतो, की अशा दुसऱ्या इमारतीचा नक्षा करण्यासाठी मी माझे हात पुढे करणार नाही.'

शहाजहान आवाज चढवून म्हणाला, 'नाही इसा, इमारत दुसरी कोणती असती, तर मी हा धोका पत्करला असता. पण अर्जूमंदबानूचं स्मारक आहे हे– ते अलौकिकच राहिलं पाहिजे. इसा, तुझे हात गेले तरीही तुझी आजीव नेमणूक केली आहे.'

इसानं मान खाली घातली. त्याच्या डोळ्यांत अश्रू गोळा झाले होते. त्याच्या पाठीवर प्रेमानं हात फिरवीत शहाजहान म्हणाला, 'इसा, हात तोडण्याच्या आधी विचार करून सांग, ताजमध्ये काही कसूर राहिली नाही?'

दु:खाचा आवंढा गिळून, निग्रहानं मान वर करून इसानं साकार झालेल्या अलौकिक स्वप्नाकडे व्यथित नजर टाकली आणि तो म्हणाला, 'एक छोटी कसूर राहिली आहे; तेवढी पूर्ण करण्याची आज्ञा व्हावी–' इसाच्या आवाजात वेगळीच धार होती.

शहाजहाननं आज्ञा करताच जवळचाच एक हातोडा उचलून इसानं भराभर पायाडं चढायला सुरुवात केली. घुमटावर जाऊन त्यानं चांदव्याचा आधार घेतला व हातातील हातोड्यानं त्यानं एकाच जागी जोरानं तीन प्रहार केले. साऱ्या ताजमध्ये ते आवाज घुमले, क्षणभर तिथेच थांबून इसानं खाली जमलेल्या लोकांकडे, उत्सुकतेनं वर बघणाऱ्या शहाजहानकडे नजर टाकली व आपले डोळे पुसले. सर्वांना वाटलं, आता इसा आपलं शरीर खाली झोकून देणार!

पण त्यानं तसं काही केलं नाही! झराझर पायाडं उतरून इसा शहाजहानसमोर उभा राहिला व त्यानं बादशहाला नम्रपणे तीन वेळा कुर्निसात् केला.

'काय राहिलं होतं इसा?' बादशहानं विचारलं.

'घुमटावरचा चांद बसवताना एक दगड कमजोर बसला होता. तो नीट बसवला.'

बादशहानं खोजाला आज्ञा केली. ज्या हातांनी इसानं ताजसारखी अप्रतिम कलाकृती निर्माण केली, त्या हातांचं इसानं अखेरचं दर्शन घेतलं आणि मन घट्ट करून ते खोडावर ठेवले. खोजानं मारलेल्या एकाच घावात इसाचे हात कोपरापासून तुटून चैतन्यहीन झाले.

ताजची पायाडं उतरली गेली, पुष्करिणीतील कारंजी नाचू लागली, ताजच्या अलौकिक सौंदर्याची कीर्ती जगभर पसरू लागली.

आणि पावसाळा सुरू झाला. घुमटातून झिरपणाऱ्या धुरकट पाण्याचे चार थेंब नेमके अर्जूमंदबानूच्या कबरीवर ठिबकले. ती वार्ता ताबडतोब शहाजहानच्या कानी गेली. बादशहानं इसाला तातडीने बोलावून घेतलं. ती हकिगत ऐकूनही इसा शांत होता. तो म्हणाला, 'खाविंद, मला ते माहीत होतं. त्या दिवशी माझ्या हातानं हातोड्याचे घाव घालून ती अपूर्णता मीच निर्माण केली!'

'तू?' संतापानं थरथरत बादशहा म्हणाला, 'तू अलौकिक कलाकृतीत ही अपूर्णता निर्माण केलीस? इसा, का केलंस असं?'

'का?' कठोरपणानं हसत इसा म्हणाला, 'माफी असावी, जहांपन्हा! पण अर्जूमंदबानूवरील प्रेमानं आपण आंधळे झाला होता. त्या प्रेमाची कीर्ती अजरामर व्हावी म्हणून आपण हा ताज उभा करविलात. पण आपलं प्रेम स्वार्थी होतं; आपल्याला सौंदर्याची असूया होती. ताजशिवाय सुंदर इमारत असू नये अशी आपली क्रूर इच्छा होती. पण सौंदर्य असूयेच्या धगीत फुलत नाही; कलावंताच्या निरहंकारी अनुनयानं त्याचा उन्मेष होतो. या ताजसाठी मी सर्वस्व सोडलं. माझं प्रेम स्वार्थी नव्हतं, म्हणून शेवटी माझे हातही तोडू दिले-आणि ही अपूर्णताही मी ताजसाठीच निर्माण केली.'

'ताजसाठी?'

'हो शहेनशहा! ह्या भूतलावर आपला अधिकार आहे; पण उद्या निसर्गानं आपला सूड उगवायचं ठरविलं, तर तुम्ही काय कराल? वादळी वारे घोंघावत ताजचा घास करण्यासाठी धडपडतील! ह्या अलौकिक सौंदर्याला उद्ध्वस्त करण्यासाठी आकाशातील विजा डाकिणीच्या जिभल्यांप्रमाणं ताजला चाटू लागतील त्या वेळी तुम्ही काय कराल? तसं काही झालं तर, माझा ताज मला परत उभा कसा करता येईल या थोट्या हातांनी? हात छाटले जाण्याआधी माझ्या मनात हा विचार आला, मी बेचैन झालो. ती अपूर्णता निर्माण करून मी आपल्या हातानं ताजला गालबोट लावलं. आता जेव्हा जेव्हा बारीश येईल, तेव्हा तेव्हा आतील कबरीवर चार थेंब गळतील, माझे अश्रू ठिबकतील. मी डोळ्यांत पाणी आणून कराल निसर्गाला सांगेन, 'तुला शरण आहे मी.' मी विनंती करीन, 'अरे या माझ्या जीवनाच्या स्वप्नाला धक्का लावू नकोस! अनंत कालपर्यंत हा कलावंत तुला अश्रूंचं अर्घ्य देत राहील! अनंत काल या ताजचं रक्षण कर.'

इसाच्या डोळ्यांतून अश्रू वाहात होते. शहाजहान पराभूत व अपराधी भावनेनं मूढ होऊन उभा होता. तोच आकाशात ढग कडाडले. पाऊस कोसळू लागला आणि घुमटावरच्या चांदव्यातून इसाचं रक्तबंबाळ हृदय पाझरू लागलं!

त्यानंतर अनेक पावसाळे आले आणि गेले. शहाजहान लाल किल्ल्यात झुरून झुरून मरण पावला. मरतानाही त्याची पराभूत दृष्टी अर्जूमंदबानूच्या स्मारकावर

पुन:पुन्हा खिळत होती.

शहाजहान मरून गेला!

आणि आता ताजमहालात मुमताजच्या शेजारीच शहाजहानची कबर आहे. इसाच्या मरणानंतर त्याचीही कबर यमुनेच्या तीरावर बांधली होती; पण यमुनेच्या पुरात ती वाहून गेली. शहाजहान आणि मुमताज यांचे आत्मे मुक्त झाले; पण इसाच्या आत्म्याला मात्र अजूनही मुक्ती मिळालेली नाही!

त्याचा आत्मा अजूनही ताजभोवती घोटाळत असतो. जेव्हा वादळी वारे आकान्त करून ताजला घेरून टाकतात, विजा कडाडू लागतात, तेव्हा इसाचा घायाळ आत्मा ताजच्या परिसरात पिंगा घालू लागतो. घुमटावरच्या फटीतून त्या कलावंताचं दुबळं अंत:करण पाझरू लागतं. दोनचार थेंब अर्जूमंदबानूच्या कबरीवर ठिबकतात. इसा व्याकूळ होऊन म्हणतो, 'अरे, इसा दुबळा आहे. थोटा आहे. त्याच्या असहायतेचा फायदा घेऊन असा दावा साधू नको रे! एवढी भीक घाल मला!' आणि वादळ शरमून परत जातं. पुन्हा नवजीवनानं समृद्ध होऊन ताज जगाला भूषवीत राहतो...'

एवढं बोलून ती व्यक्ती थांबली. नंतर ती हलक्या आवाजात गहिवरल्या शब्दांनी बोलू लागली, 'ऐकलीस इसाची कहाणी? ताज म्हणजे सम्राट शहाजहानच्या अलौकिक प्रेमाचं प्रतीक नव्हे; कलावंत इसाच्या कर्तृत्व-विसर्जनाचं ते शोकगीत आहे!...जा, मुसाफिर! पहाट व्हायला आली. मला गेलं पाहिजे.' एवढं बोलून ती व्यक्ती चालू लागली.

'थांबा, ही कथा तुम्हाला कशी समजली?' मी विचारलं.

त्या व्यक्तीनं माझ्याकडे नुसतं वळून पाहिलं आणि झपाझप पावलं उचलायला सुरुवात केली. तिला पाठमोरी पाहताच माझ्या अंगावर शहारून काटा आला! इतक्या वेळानंतर पहिल्यानेच त्या व्यक्तीचे हात झग्याबाहेर आले होते. ते दोन्ही हात कोपरापासून थोटे होते!

■

सेवा

नारायणबुवांनी तंबोरा खाली ठेवला व आजूबाजूला पाहिलं. चांगलं उजाडलेलं होतं. तिरपे सूर्यकिरण देवळात शिरून देवळाचा कोपरा न् कोपरा आपल्या मंगल स्पर्शाने उजळीत होते. देवळात भक्तांची वर्दळ वाढत होती. समोरच्या गाभाऱ्यातून लोकांनी वाजविलेल्या घंटांचा आवाज ऐकू येत होता. सभा-मंडपात बसलेल्या बुवांची नजर गाभाऱ्यात पूजा चढविलेल्या जगदंबेच्या मूर्तीवर खिळली. त्या मूर्तीकडे पाहात असताना बुवांना आनंदाचे भरते आले. तबल्यावर गिरदी आवळीत असलेला विठ्ठल म्हणाला, 'बुवा, आज देसकार बहारीचा गायिलात! तुमचं बाहेरचंही आणि इथलंही गाणं नेहमी ऐकतो. पण इथल्या गाण्यात व बाहेरच्या गाण्यात फार फरक वाटतो. अगदी जमीन अस्मानाचा फरक!'

'असेलही कदाचित. मानवाच्या दरबारातलं आणि देवाच्या दरबारातलं गाणं यांत जमीन अस्मानाचा फरक असणारच. खरं सांगू विठ्ठल, इथला आनंद काही निराळाच असतो. गाताना देहभान राहातच नाही. असो. जगदंबेची कृपा, चला आठ वाजून गेले असतील.'

बुवांनी तंबोरा बाजूला सरकवून बसल्या जागीच जमिनीला टेकून जगदंबेला वंदन केले. कोपऱ्यात ठेवलेल्या मोठ्या लाकडी पेटीत तबला व बाजाची पेटी व्यवस्थित ठेवल्यावर त्यांनी बैठकीसाठी घातलेला जुना गालिचा नीट घडी करून तोही पेटीत ठेवला. पेटी बंद केली. कुलूप लावले. तंबोरा काखेला मारला आणि एकवार पुन्हा हात जोडून ते देवळाबाहेर पडले. आपल्या तबलापेटीच्या साथीदाराचा निरोप घेऊन ते आपल्या घराकडे वळले.

बुवांचा वेश नेहमीच ठरलेला असे. तांबूस छटा मारणारे मळकट धोतर, खादीचा सदरा आणि त्यावर चार खिशांचा खाकी कोट; ह्या वेशात कधीच बदल

पडायचा नाही. डोक्याला घालण्यासाठी काळी टोपी नेहमीच जवळ असावयाची. पण ती नेहमीच खिशात राहायची. कोणी कधी लग्नाचे आमंत्रण द्यायला आले की, तेवढ्यापुरती ती टोपी वापरली जायची.

बुवांनी आपल्या साथीदारांचा निरोप घेऊन बुधवारातल्या आपल्या घराकडे पावले वळविली. देवळात गायिलेल्या देसकार रागाची धुंदी अद्याप त्यांच्यावर होती. डाव्या बगलेत तंबोरा सावरत ते मार्ग आक्रमीत असताना त्यांचे मन देसकारातल्या घेतलेल्या अवघड जागा आठवीत होते. मनातून समेवर येताच होणाऱ्या अंगविक्षेपाकडे आजूबाजूचे लोक कित्येक वेळा टवकारून पाहात आहेत, हे त्यांच्या ध्यानीही येत नव्हते.

घरात शिरताच त्यांनी चपला कोपऱ्यात सरकवल्या. तंबोरा व्यवस्थित ठेवून खुंटीला कोट अडकविताना त्यांनी हाक मारली,

'शांता!'

'आले, भाऊ.' म्हणून त्यांची चौदा वर्षांची मुलगी बाहेर आली. बुवा बैठकीवर बसले होते. त्यांच्या कपाळावरचा घाम पाहून शांता म्हणाली,

'फार गायलात वाटतं, भाऊ?'

'छे गं! थोडंच गायिलो. शांता, आज देसकार गाताना काय मौज आली म्हणून सांगू! छे, छे! काय सांगायची सोय नाही... श्रीधर अद्याप आला नाही वाटतं?'

'नाही आला अजून, पण येईल एवढ्यात दादा.'

तेवढ्यात आतून शांतीच्या आईने चहाचा कप आणला. बुवांनी चहाचे घुटके घ्यायला सुरुवात केली. शांताने सहज कोपऱ्यातला तंबोरा घेतला आणि त्या तारांवरून बोटे फिरविली. गोड झंकार त्या छोट्याशा खोलीत घुमले. ते सुरेल झंकार ऐकून बुवा म्हणाले,

'मुली ठेवू नकोस तो तंबोरा. गा काहीतरी. कुठं चुकलं तर सांगेन तुला.' शांतीने तंबोरा नीट धरला आणि तिची बोटे तंबोऱ्याच्या तारांवरून फिरू लागली. काही क्षणानंतर त्या घुमणाऱ्या सप्तसुरांची आस घेऊन तिने शुद्ध आकार लावला. आणि नारायणबुवांचं आवडतं भजन म्हणायला सुरुवात केली,

'परब्रह्म निष्काम तो हा...'

बुवा त्या चिजेच्या सुरुवातीबरोबरच डोलू लागले. शांता तन्मयतेने गात होती. चीज हळूहळू रंगत होती. त्याच वेळी सायकल घेऊन श्रीधर आत आला. तो आत येताच शांताने गाणे थांबविले. बुवांनी श्रीधरकडे पाहिलं. तलम सिल्कचा नेहरूशर्ट, इस्तरीची विजार आणि पायात चढाव घातलेली श्रीधरची तरुण मूर्ती बुवांच्या डोळ्यांत भरली. गळ्याशी लपेटलेल्या मफलरचे टोक खेळवीत त्याने बुवांना विचारले,

'काय भाऊ आलात देवळातून?'

'हो तुझ्यापुढंच आलो. आज देवळात देसकार गाताना...' पण पुढचे शब्द ऐकायच्या आतच श्रीधर आत गेला. बुवांनी तक्क्यामागचा पानाचा डबा पुढे ओढला. आणि पान जुळवायला सुरुवात केली. शांताने काही न बोलता तंबोरा कोपऱ्यात ठेवला व तीही आत निघून गेली.

बुवा कितीतरी वेळ तसेच बसले होते. पोस्टमनने मारलेल्या हाकेने ते भानावर आले. श्रीधरला हाक मारून त्यांनी ते पत्र घेण्यास सांगितले.

पोस्टमन निघून जाताच बुवा श्रीधरला म्हणाले, 'श्रीधर, बघ रे कोणाचं आहे पत्र!'

श्रीधरने पाकीट फोडले. आत बदामी कागदाचा चौरस तुकडा होता. श्रीधरने एकवार भरभर ते पत्र वाचले व निर्विकार मनाने तो म्हणाला,

'भाऊ, देवस्थानचं पत्र आहे. जगदंबेचा अफाट खर्च झेपत नाही, तेव्हा त्या खर्चात काटकसर करण्याचा सरकार विचार करीत आहे. यापुढे तुमच्या सेवेची देवीला गरज नाही, असा निर्णय देवस्थान-कमिटीने घेतला आहे.'

'काय सांगतोस!'

'माझं खोटं वाटत असेल तर पहा स्वत: वाचून.' असे म्हणून श्रीधरने तो कागद बुवांच्या हाती दिला. बुवांना राहवले नाही. त्यांनी आपली चाळशी काढली. ती डोळ्यांवर नीट बसवून थरथरत्या हाताने टाईप केलेले ते मराठी पत्र ते वाचू लागले. पत्र वाचून होताच त्यांच्या हातून ते गळून पडलं आणि न कळत एक दीर्घ नि:श्वास त्यांच्या तोंडातून बाहेर पडला. तेव्हा श्रीधर म्हणाला,

'भाऊ, त्यात एवढं काय वाईट वाटून घ्यायचं? उलट मलाच तुम्हाला कैक दिवस सांगावसं वाटत होतं, ही देवस्थानाची नोकरी सोडा म्हणून! असं काय होतं त्या नोकरीत की, ती गेली म्हणून शोक करावा! महिना अवघे दहा रुपये तर मिळत होते!'

'अरे श्रीधर, दहा रुपयांकरता का मला वाईट वाटतं? मला नोकरीवरून कमी करणारे एक मूर्ख आणि तू शतमूर्ख! जगातले सारेच व्यवहार पैशाने मोजता तुम्ही!'

'भाऊ, तुम्ही माझ्या बोलण्याचा गैरसमज करून घेतला. मी असे कधीच म्हणालो नाही. आता या वयात तुम्हाला दगदग करायची काय जरूरी आहे? जेवढं मला मिळतं तेवढं आपल्याला पुष्कळ आहे! मी एवढं कमवीत असताना तुम्ही देवळात चाकरी करावी असं मला नाही वाटत!'

'हो, तुला त्याची लाज वाटते! वाटायचीच! मोठा गवई ना तू! रेडिओवर गातोस; मैफली रंगवतोस; भरपूर पैसा मिळवतोस! यापेक्षा दुसरं मोठेपण कोणतं? खरंच, तुम्ही फार भाग्यवान आहात. वीस वर्षे रियाज करण्यात आणि गुरूची

मनधरणी करण्यात घालविली, तेव्हा कुठं आम्हाला मैफलीत तोंड उघडायला मिळालं. तुला ती यातायात करावी लागली नाही! वयाची तीस वर्षं गाठायच्या आतच 'बनचुके' सदरात तुम्ही मोडला! तुम्हाला आमची लाज वाटायचीच! पण त्याला इलाज नाही. जोवर या जिवात जीव आहे तोवर मी जगदंबेची सेवा चुकू देणार नाही!'

'पण भाऊ, ते शक्य आहे?' श्रीधर आर्जवाने म्हणाला, 'तुम्हाला जसं पत्र आलं आहे तशाच तुमच्या साथीदारांनाही नोटिसा गेल्याच असतील. नोकरी गेल्यावर ते काय येणार आहेत तुमच्या साथीला?'

'नाही आले तर नाही!' बुवा श्रीधरच्या डोळ्याला डोळा भिडवून म्हणाले, 'तुम्ही तर कुठे जात नाही? ही शांता पेटीचा सूर धरील आणि तू तबला घे.'

विंचू डसावा तसा श्रीधर किंचाळला,

'मी आणि देवळात तबल्याला बसू?'

'हो. लाज कसली वाटते त्यात?'

'भाऊ, ते माझ्याच्यानं जमायचं नाही!'

'राहू दे. माझा आग्रह नाही. पण श्रीधर लक्षात ठेव. प्रत्यक्ष बापाच्या पाठीमागं तबल्याला बसायला तुला लाज वाटते आहे! जर हीच तुझी लाज कायम राहिली तर, माझ्यावर विश्वास ठेव, आणखीन् पाच वर्षांत तुझ्या शिष्यांना देखील तुझ्या तोंडून गाणं शिकण्यास लाज वाटल्याखेरीज राहणार नाही! एवढ्याचसाठी ज्याच्यासमोर मन लावून गाता येईल अशा श्रद्धेच्या गाभाऱ्याची आवश्यकता असते. पण जाऊ दे. तुला नाही समजायचं ते! तुला माझा आग्रह नाही.'

श्रीधर आत निघून गेला. बुवांच्या चेहऱ्यावर खिन्नता पसरली होती. त्यांनी शांतीला विचारलं,

'तू तरी येशील ना माझ्याबरोबर?'

'येईन, भाऊ.' शांता म्हणाली. तिच्या पाठीवरून प्रेमानं हात फिरवीत बुवांनी दीर्घ निःश्वास टाकला.

त्यानंतर साऱ्या दिवसभर बुवा त्याच विचारात मग्न होते. त्यांना आपल्या मनाचा झालेला गोंधळ सोडविता येत नव्हता. रात्री जेवण झाल्यानंतर जेव्हा ते आपल्या खोलीत तक्क्याला टेकून डोळे मिटून पडले, तेव्हा त्यांना पूर्वीची वर्षं आठवू लागली.

चोवीस वर्षांपूर्वी ते विलासपुरात आले होते. थोरल्या माधवराव महाराजांचा राज्यारोहण समारंभ होता. त्या प्रसंगी अनेक गवयांना आमंत्रण देण्यात आले होते. राजदरबारात नारायणबुवांनी गायिलेल्या चिजेवर माधवराव महाराज प्रसन्न झाले

होते. त्याच दरबारात नारायणबुवांना महाराजांनी राज-गवयाची नोकरी दिली आणि 'संगीतरत्न' हा किताब देऊन त्यांच्या गुणाचे चीज केले होते. त्याच वेळी नारायणराव विलासपुरास स्थायिक झाले.

विलासपुरातील जगदंबा हे राजघराण्याचे दैवत होते. माधवराव महाराजांची देवीवर अतोनात भक्ती होती. एकदा खंडेनवमीच्या दिवशी सकाळीच महाराज देवीच्या दर्शनास गेले होते. नारायणबुवा पण त्या दिवशी महाराजांच्या बरोबर होते. दर्शन संपवून ते परतले तेव्हा, त्या देवीच्या सेवेला ठेविलेला गवई गात होता. ती संगीताची चाललेली मूर्तिमंत विटंबना, ते बेसूर संगीत नारायणबुवांना रुचले नाही. देवळातून बाहेर पडल्यावर रथातून परतत असताना बुवांनी ती गोष्ट महाराजांच्या कानांवर घातली. 'महाराज, बोलतो म्हणून क्षमा करा. जगदंबा हे आपले कुलदैवत आहे. तिच्या सेवेला ठेविलेलं गाणं ऐकलं ना आपण?'

'नारायण, तू काय म्हणतोस ते समजलं मला. पण देवीचं उत्पन्न अगदी स्वतंत्र आहे. त्यातून एवढा चांगला गवई कोण मिळणार? कामचलाऊ गाणं झालं की संपलं.'

'महाराज, निदान तुम्ही तरी असं बोलू नये. देवीला का फसवण्यासाठी गाणं ठेवलंय? आपण कलेचे चाहते आहात... आपल्यापाशी थोर थोर गवई आहेत. देवीसमोरच्या गाण्याला फार महत्त्व आहे. ती काही क्षुल्लक बाब नव्हे. त्यात दोन हेतू साधतात. देवीच गाणं तर होतंच; पण त्याशिवाय अनायासे अस्सल संगीताची आवड लोकांच्या मनात जिवंत राहते. आपलं संस्थान म्हणजे कलेचं आश्रयस्थान आहे. तिथं कलेची अशी विटंबना होऊ नये. आपल्या पदरी थोर गवई आहेत, बजवय्येही आहेत. तुम्ही मनावर घेतलं तर आपल्याला ही गोष्ट अशक्य नाही.'

महाराजांना ते पटलंसं दिसलं. त्यांनी वाड्यावर जाताच आपल्या गवयांना बोलावून घेतलं व त्यांना ती कल्पना सांगितली. पण कोणी ती नोकरी पत्करावयाला राजी दिसला नाही. त्याच वेळी नारायणबुवांनी महाराजांना विनंती केली आणि राजदरबारातील नोकरी सोडून बुवा देवीच्या सेवेला रुजू झाले. त्या वेळेला अनेकांनी त्यांना मूर्खांत काढले! त्या दिवसापासून बुवा आपली सेवा देवीच्या चरणी रुजू करू लागले.

एक दिवस असेच बुवा देवीच्या समोरच्या सभामंडपातल्या चौथऱ्यावर बसून तन्मयतेने गात होते. त्या वेळी माधवराव महाराज देवळात आले होते. त्यांनी पाहिलं तो बुवा नुसत्या फरशीवर बसून तल्लीनपणाने गात होते. महाराजांच्या अस्तित्वाची जाणीवही त्यांना नव्हती. जेव्हा गाणं संपलं तेव्हा महाराज म्हणाले,

'नारायण, किती सुंदर गायिलास! पण असं जमिनीवर बसून गाऊ नकोस. मी तुला बैठकीवर बसण्यासाठी म्हणून गालिचा पाठवून देईन. तू माझी आठवण म्हणून

तो वापरीत जा. माझ्या पाठीमागे देखील या देवीच्या सेवेत खंड पडू देऊ नकोस.'

त्या दिवसापासून नेहमी गायला बसताना बुवा त्या गालिचावर बसत असत. दुदैवाने त्यानंतर थोड्याच वर्षांत महाराजांचा काळ झाला. युवराज गादीवर आले. माधवरावमहाराज गेल्यामुळे बुवांच्या डोक्यावरचे छत्रच नाहीसे झाले होते. पण त्यांनी देवीच्या सेवेत कधीही खंड पडू दिला नाही. देवीच्या सेवेत जे मिळे त्यावर त्यांचा घरखर्च चालणे अशक्य होऊ लागले. त्यांनी शिकवण्याही धरल्या.

दिवस भराभर जात होते. श्रीधर, शांता वाढत होती. दुसरी लढाई सुरू झाली. तशी बुवांची खर्चाची ओढाताणही वाढली. त्यांनी संगीताचा वर्गही उघडला. रात्रंदिवस राबून ते श्रीधरलाही तयार करीत होते.

श्रीधर हळूहळू मैफलीतून गाऊ लागला. रेडिओवर त्याला आमंत्रण येऊ लागले. बुवांनी सुरू केलेला वर्गही तो घेऊ लागला. आणि बुवांना आयुष्यात प्रथमच थोडीशी स्वस्थता मिळाली. संस्थाने विलीन झाली तेव्हा, बुवांना थोडंसं वाईट वाटलं. पण ते दुःख त्यांना जाणवलं नाही. पण आज मात्र ते पत्र आल्यापासून त्यांच्या जिवाची तगमग उडाली होती. सकाळपासून विचार केल्यानंतर त्यांचा श्रीधरवरचा रागही निवळत चालला होता.

श्रीधर नव्या पिढीतील होता. तरुण कलावंत होता. देवीच्यापुढं तबल्याच्या साथीला बसण्यास लाज वाटणे साहजिकच होते. नव्या-जुन्या पिढीतल्या मतभेदांची बुवांना जाणीव होती. आणि त्याचमुळे त्यांनी श्रीधरचं बोलणं तितकंसं मनावर घेतलं नाही. बुवांना जरी याची जाणीव होती तरीही त्यांना आपल्या मनाला काही लवकर सावरता आले नाही.

आज चोवीस वर्षे देवीच्या सेवेत त्यांनी कधी गात असताना अंग चोरलं नव्हतं. त्याच सेवेला बसलेला धक्का त्यांना सहन झाला नाही. बरीच रात्र होईपर्यंत ते तळमळत होते. त्यातच केव्हा त्यांना झोप लागली हे त्यांनाही समजले नाही. पहाटेच्या सुमारास ते जागे झाले आणि त्यांनी आजूबाजूला पाहिलं. शांता जवळच झोपली होती. तिच्या पलीकडे श्रीधर पलंगावर झोपी गेला होता. त्यांनी कोपऱ्यातला मिणमिणता दिवा जरा मोठा केला आणि हळूच हाक मारली,

'शांता!'

एक दोन हाकांतच शांता जागी झाली. ती म्हणाली,

'उठले भाऊ.'

बुवा जेव्हा तयार झाले, तेव्हा शांता चहाचा कप घेऊन बाहेर आली. चहा घेतल्यावर बुवा म्हणाले,

'चलतेस ना?'

'चला ना भाऊ, मी कपडे बदलून आलेच.'

बुवांनी तंबोरा काखेत मारला. तो उचलीत असताना त्या धक्क्यानं गोड झंकार उमटले. ते झंकार ऐकताच बुवांच्या अंगावर रोमांच उभे राहिले. त्यांनी एकवार श्रीधरकडे पाहिलं. श्रीधर जागा आहे असं त्यांना वाटलं. शांताला राहवलं नाही. तिनं हाक मारली, 'दादा!'

त्या हाकेने श्रीधरची क्षणभर चाळवाचाळव झाली आणि तो कुशी बदलून भिंतीकडे तोंड करून झोपला. बुवा गडबडीनं बाहेर पडले. आणि पुटपुटले,

'चल मुली. उशीर होतोय.'

पहाटेच्या धूसर वातावरणात बुवा आणि शांता देवळाची वाट चालू लागले. सर्वत्र स्तब्धता पसरलेली होती. रस्त्यातून जाताना क्वचित जाग दिसत होती. पहाटेचा धूसर उजेड हळूहळू सर्वत्र पसरत होता. देवीच्या देवळाच्या दिशेने घंटेचे आवाज त्यांच्या कानी पडत होते.

देवळात पोहोचताच बुवांनी आपल्या जानव्यातून किल्ली बाहेर काढली आणि सभागृहातल्या कोपऱ्यात ठेवलेल्या मोठ्या पेटीचे कुलूप उघडले. पेटी उघडून त्यांनी वरचा गालिचा चौथऱ्यावर नीट पसरला. पेटी काढताना त्यांचा जीव अवस्थ झाला. गेली दोन तपे ज्या पेटीच्या साथीला तबल्याचा जोडही बाहेर पडत असे, तो मात्र आज तिथेच राहणार होता! त्या वेळी बुवांना श्रीधरची तीव्रतेने आठवण झाली. त्यांनी त्या पेटीचं झाकण मिटलं आणि ते चौथऱ्यावर जाऊन बसले. शांताने सूर धरला आणि बुवा तंबोरा लावू लागले. तंबोरा लावून त्यांनी जवार नीट जुळवून घेतली आणि तंबोऱ्याची दांडी कानाला लावून ते तारा छेडू लागले.

समोर देवीला पूजा चढविली होती. गाभाऱ्यातल्या समयांच्या उजेडानं मूर्ती प्रकाशित झाली होती. त्या मूर्तीवर दृष्टी खिळवून बुवांनी आकार लावला. नकळत त्यांच्या तोंडून 'दुर्गा' रागातील स्वर बाहेर पडू लागले,

'तू साही समार ऽऽ सब कोई दाता, पालनहारा. हमरो आधार.'

बुवा गात असताना त्यांच्या आवाजातून प्रकट होणारी झार काही निराळीच होती. ते स्वर अंतःकरणाला भिडत होते. जेव्हा बुवांनी अंतरा गाठला, तेव्हा बुवांच्या भावना इतक्या उचंबळून आल्या की, त्यांच्या तोंडून शब्दच बाहेर पडेनात. त्यांचे डोळे भरून आले. त्यांची ही स्थिती जाणून शांताने अंतरा अलगद उचलला आणि तिच्या तोंडून ते सुस्वर बाहेर पडले,

'तूही जगतमें, तूही आकाशमें, तेरो है सब कोई दाता.'

बुवांनी कृतज्ञतेनं शांताकडे पाहिलं. त्यांचा ऊर कसल्या तरी अभिमानानं भरून आला. आणि ते परत गाऊ लागले. बेभान होऊन बुवा गात होते. शांता तन्मयतेने

ऐकत होती.

देवळात देवीच्या भक्तांची वर्दळ वाढत होती. नित्यनियमानं येणाऱ्या भक्तांना देवीचं दर्शन घडत होतं. गाणंही त्यांच्या कानावर पडत होतं. पण त्या गाण्यात झालेला बदल फारच थोड्यांच्या ध्यानी येत होता!

■

बाबली

उन्हाळ्याचे दिवस. उकाडा मनस्वी वाढलेला. अशा उन्हातून रायसाहेबांची छोटी ऑस्टिन उमरेठची वाट कापत होती. रायसाहेब काही न बोलता पाठीमागच्या बैठकीला रेलून बसले होते. त्यांच्या शेजारी सिल्कचा सूट परिधान केलेला सुहास हातातले रीडर्स डायजेस्ट चाळत होता. गाडीच्या धक्क्याने त्याचे वाचनात लक्ष लागत नव्हते. अधूनमधून तो रायसाहेबांच्याकडे पाहात होता. पण त्यांच्या खिन्न चेहऱ्याकडे पाहून त्याला काही बोलण्याचा धीर होत नव्हता. आपले शिक्षण संपवून सुहास नुकताच अमेरिकेहून आला होता. भारतात येऊन त्याला आठवडाही झाला नाही तो, रायसाहेबांनी उमरेठला जाण्याचा बेत काढला. थोड्याशा नाखुशीनेच त्याने रायसाहेबांना होकार दिला होता. खराब रस्ता, बसणारे हादरे, हवेतील उकाडा ह्यामुळे सुहास त्रासून गेला होता. फिरूनफिरून 'डायजेस्ट' च्या अंकामध्ये मन रमविण्याचा तो प्रयत्न करीत होता.

हळूहळू चाकांना रेती लागू लागली. गाडीचा खसखस आवाज वाढला आणि गाडी ताडमाडांच्या झाडीत लपलेल्या जुन्यापुराण्या भव्य, दुमजली, इमारतीसमोर थांबली. ड्रायव्हर उस्मानने उतरून चटकन दार उघडले. दुसऱ्या बाजूचे दार उघडून सुहास बाहेर आला. अवघडलेले अंग ताठवून त्याने जांभई दिली व आजूबाजूला पाहिले. आजूबाजूला उंच गेलेली माडाची झाडे उभी होती; पण समुद्र दिसत नव्हता. समुद्रावरून येणाऱ्या गार वाऱ्याची जाणीव मात्र होत होती. त्या जाणिवेने सुहासला जरा बरे वाटले. तोच त्याच्या कानांवर शब्द आले,

'उस्मान.'

'जी.'

'सारं सामान नीट लावून घे. वरच्या गच्चीतच आमची बिछायत कर, तोवर

आम्ही समुद्रावर जाऊन येतो.'

'जी.'

सुहासने पाहिले तो, रायसाहेब हातातल्या हस्तिदंती काठीवर रेलत सावकाश पावले टाकीत येत होते. रायसाहेबांचे वय साठीच्या घरात गेले असूनही त्यांच्याकडे पाहणाऱ्याचे लक्ष त्यांच्या चेहऱ्यावर खिळून राहात असे. गोरापान चेहरा, जिवणी किंचित आत गेलेली, लांब सडसडीत नाक आणि सदैव कारुण्याने भरलेले पिंगट डोळे. त्या डोळ्यांना डोळा देण्याचे धाडस गेल्या तीस वर्षांत एकदाही सुहासला झाले नव्हते.

'सुहास, चल आपण समुद्रावर पाय मोकळे करून येऊ; तोवर उस्मान सर्व व्यवस्था करून घेईल.'

'जी.'

सुहास काही न बोलता रायसाहेबांच्या मागून जात होता. समोरचा वाळूचा उंचवटा ओलांडताच त्याचे पाय थबकले. समोर दृष्टी पोहोचेपर्यंत विशाल सागर पसरला होता. सुहासने सागर भरपूर पाहिला होता. अनेक किनारे पाहिले होते. पण तो समुद्रकाठ पाहताच त्याचे भान हरपले. तो जेथे उभा होता, तेथून दोन अडीच फर्लांग समुद्र दूर होता. आणि ती वाळवंटाची पट्टी दृष्टी पाहोचेपर्यंत दोन्ही बाजूंना पसरली होती. त्या किनाऱ्याला लागूनच नारळाची राई धावत होती. त्या साऱ्या मुलखात त्या दोघांखेरीज कोणीसुद्धा दिसत नव्हते. तो अथांग सागर, निर्मनुष्य विशाल किनारा आणि त्याच्या काठाने दृष्टीबरोबर धावणारी नारळांची राई पाहताच सुहासचे भान हरपले. डोळे भरून सुहास ते दृश्य पाहात होता. रायसाहेब त्याच्याकडे वळून म्हणाले,

'सुहास, इथे प्रथम येणाऱ्या प्रत्येकाची हीच अवस्था होते. शब्द अपुरे पडतात. विचार नाहीसे होतात आणि भान हरपते. थोरल्या महाराजांनी इथं बांधलेला हा बंगला पाहिला की, त्यांची सौंदर्यदृष्टी किती चोखंदळ होती ह्याची साक्ष पटते. साऱ्या बडोदा राज्यात येवढे निसर्गसुंदर दुसरे ठिकाण असेल असे वाटत नाही.'

'मग ते उमरेठ गाव कुठं आहे?'

'तिकडे दूर, त्या राईत ती वस्ती आहे. ह्याच्या आत जवळपास वस्ती नाही आणि म्हणूनच इथे सृष्टिसौंदर्य मनमुराद पाहता येतं.'

'खरं आहे.'

'थोडा थांब. अजून तू इथली चांदणी रात्र पाहिलेली नाहीस. हा सूर्यनारायण आता विश्रांतीला जाईल आणि रजनीकांत उदयाला येईल, तेव्हा हे सारं सौंदर्य आपलं निराळंच वैभव उभं करील!'

रात्री जेवण झाल्यावर सुहास एकटाच बाहेर पडला. रायसाहेबांच्यामुळे सिगरेटची

तल्लफ तशीच राहिलेली होती. त्याने सिगरेट पेटवली आणि तो त्या सिगरेटचा आस्वाद घेऊ लागला. चंद्र जसा वर आला, तसा तो भानावर आला. त्याला रायसाहेबांचे शब्द आठवले आणि तो बंगल्याकडे वळला. गच्चीवर रायसाहेब पानाचा डबा उघडून बसले होते. सुहास आल्याचे त्यांना भानही नव्हते. सुहास किंचित खाकरला; त्याबरोबर दचकून त्यांनी विचारले, 'कोण ते?'

'मी सुहास.'

'ये ना, मी तुझीच वाट पाहात होतो. जरा फिरून येऊया आपण?'

'जी.'

'चल तर–' असे म्हणत ते उठले. आपला स्कार्फ त्यांनी गळ्याशी गुंडाळला आणि ते पायऱ्या उतरू लागले. पाठोपाठ सुहास जात होता. समुद्रावर जाताच सुहासला रायसाहेबांचे शब्द आठवले. चंद्रकिरणांत चमकणारा सागर वाळवंटाचा पांढरासफेत पट्टा आणि त्याला लागून पसरलेली ती नारळीची राई धुंद होऊन सुहास ते पाहात होता.

'बैस.' रायसाहेब म्हणाले.

सुहास बसला. बराच वेळ दोघेही काही न बोलता बसले. शेवटी घसा खाकरून रायसाहेब म्हणाले, 'सुहास, माझं सारं वागणं तुला कदाचित चमत्कारिक वाटलं असेल, नाही?'

'नाही, तसं काही नाही.'

'मला माहीत आहे ते; पण इथं येणं आवश्यक होतं. आज मला फार महत्त्वाच्या गोष्टी तुला सांगायच्या आहेत. आता माझं वय झालं आहे; पिकलं पान केव्हा गळून पडेल ह्याचा भरवसा नाही. आलं लक्षात?'

'जी!'

'तुझं शिक्षण पुरं झालं. मला त्याचं मोठं समाधान वाटतं. तुझ्याकडून अपेक्षिलेल्या साऱ्या गोष्टी तू पुऱ्या केल्या आहेस. आता फक्त एकच गोष्ट राहिलेली आहे. कोणती माहीत आहे?'

'जी?'

'माझ्या घराण्याचा वारसा तुझ्या हाती सोपवण्याची. तुला दत्तक घेऊन एकदा माझा कायदेशीर वारस बनवला की मी निश्चिंत होईन.'

'बाबूजी, आपण माझ्यासाठी–'

'थांब सुहास! ही उपकाराची भाषा मला असह्य होते. माझा जीव गुदमरतो. तू शिकलासवरलेला आहेस. गेली तीन वर्षं मी ज्या दडपणाखाली आहे, ते मनावरचं ओझं दूर करण्यासाठीच मी इथं तुला घेऊन आलो आहे. मी तुला जे सांगणार आहे ते आजवर मी कुणालाही बोललो नाही, बोलणार नाही. ऐक–'

काही वेळ रायसाहेब तसेच बसून राहिले. आणि नंतर घसा खाकरून ते सांगू लागले–

'फार वर्षांमागची ही कथा आहे. त्या वेळी मी अबकारी खात्यात नोकरीला होतो. पोलीस आणि अबकारी खात्यात तरुणांना कधीच हुद्याची जागा देऊ नये असं माझं मत आहे. काय सांगत होतो मी? –हा, आठवलं. मी अबकारी खात्यात नोकरीला होतो. त्या वेळी मी तुझ्याच वयाचा होतो. हाती पैसा भरपूर असायचा. नेहमी फिरतीवर जावं लागायचं. हा नवसारी भाग माझ्याकडे होता. दर उन्हाळ्यात महाराज बडोद्यात नसल्याची संधी साधून मी इथे येत असे. आणि ह्या ठिकाणी आठदहा दिवस मुक्काम टाकून पडत असे. एकदा असाच रजा काढून मी इथं मुक्काम टाकला होता; नेहमीप्रमाणं आपला उस्मानच माझ्याबरोबर होता.

तो दिवस अजूनही मला आठवतो. संध्याकाळची वेळ होती. नुकताच मी झोपून उठलो होतो. सकाळी ताडी जास्त घेतल्यामुळं डोकं कसं जड झालं होतं. थोडं फिरल्यावर जरा बरं वाटेल असं वाटून मी बाहेर पडलो. समुद्रकाठच्या ह्या नारळीच्या लांब सावल्या ओलांडत मी जात होतो. माझ्याच तंद्रीत मी जात असताना अचानक माझ्या कानांवर लहान मुलाचं रडणं आलं. मी आवाजाच्या दिशेनं पाहिलं तो, एका झाडाच्या बुंध्याजवळ दोनतीन वर्षांचं एक मूल रडत बसलं होतं. मी आजूबाजूला, झाडांच्या रांगांतून पाहिलं; पण दुसरं कुणीसुद्धा माझ्या नजरेत आलं नाही.

त्या रडणाऱ्या मुलाला उचलून घेऊन मी त्याला समजावू लागलो; पण माझ्या सारख्या नवख्या माणसाला पाहून ते जास्तच किंचाळू लागलं. काय करावं ते मला सुचेना. मी त्याला समजावयाचा प्रयत्न करीत होतो, त्याच वेळी माझ्या मागं पावलं वाजली. मी मागं वळून पाहिलं तो, एक मुलगी माझ्या रोखाने येत होती. उजळ रंगाची, टपोऱ्या डोळ्यांची, तारुण्यात पदार्पण केलेली ती मुलगी माझ्याकडे भेदरलेल्या डोळ्यांनी पाहात होती. आपल्या अंगावरची ओढणी सारखी करीत तिनं हात पुढं केला. मी त्या मुलाला तिच्या हातात देताच ते पोर शांत झालं. मी विचारलं, 'तुझा मुलगा?'

ती एकदम लाजली. खाली पाहात तिनं नकारार्थी मान हलविली.

'तुझा भाऊ?'

गालातल्या गालात हसत तिने परत नकारार्थी मान हलविली.

मला तिच्या त्या उत्तर देण्याच्या पद्धतीची गंमत वाटून मी विचारलं, 'मग शेजाऱ्याचा?'

तिनं होकारार्थी मान हलविली. माझीही भीड चेपली होती. मी विचारलं, 'बोलता येत नाही तुला? नाव काय तुझं?'

तिनं आपले टपोरे, काळेभोर डोळे माझ्यावर रोखले. गालात हसत तिनं त्या मुलाला हृदयाशी कवटाळलं आणि एकदम पाठ फिरवून ती त्या नारळीच्या झाडांतून धावत सुटली. ती दिसनाशी होईपर्यंत मी तिच्याकडे पाहात होतो.

दुसरे दिवशी उस्मानच्या बोलण्यानं मला जाग आली. सूर्य चांगलाच वर चढलेला होता. उस्मानला चहा करण्यास सांगण्यासाठी खाली गेलो तो, उस्मान बरोबर कालची तरुणी बोलत उभी असलेली दिसली. त्या दोघांच्यामध्ये मासळ्या होत्या आणि त्यांच्या किंमतीबद्दल त्यांची हुज्जत चालू होती. माझ्या पायांतील सपातांचा आवाज होताच त्यांचं बोलणं थांबलं. मला पाहताच त्या तरुणीच्या चेहऱ्यावर हास्य उमटलं.

मी विचारलं, 'उस्मान, काय खरेदी?'

'सरकार, मासळी आलीय.'

'काय किंमत?'

'येवढ्या मासळीला तीन रुपये मागते.'

'देऊन टाक रुपये.'

'जी.'

उस्मान पैसे आणायला जाताच मी तिला विचारलं, 'काल नाव सांगितलं नाहीस तू! नाव काय तुझं?'

'बाबली.' खाली पाहात ती म्हणाली.

'कुठं राहतेस? उमरेठ?'

'हां.'

'मासळी मिळाली तर घेऊन येत जा.'

'जी.'

उस्मानने पैसे देताच कृतज्ञतेनं माझ्याकडे नजर टाकत ती निघून गेली. त्यानंतर ती दररोज सकाळी काही ना काही घेऊन येत असे. हळूहळू तिची भीड चेपत होती. मोकळेपणानं ती बोलत असे. बाबलीनं एक वेगळाच जिव्हाळा माझ्या मनात निर्माण केला होता. एखादे वेळी तिला येण्याला उशीर झाला तर, नकळत मी दहादा गच्चीवर जाऊन नजर टाकून येई. दररोज बोलण्यासाठी नवेनवे विषय मी मनात योजून ठेवत असे. तिचे निष्पाप, काळेभोर, टपोरे डोळे पाहताना माझं मन वेडावून जाई. ती फारसं बोलत नसे; पण तिचे डोळे साऱ्या भावना बोलत.

एके दिवशी सकाळी मी जागा झालो. दारात बाबली उभी होती. बाबली एकटीच वर आल्याचं पाहून मला अचंबा वाटला. मी विचारलं,

'उस्मान कुठं आहे?'

'खाली नाही तो.'

'थांब हं! इथंच कुठंतरी असेल. हाक मारतो. काय आणलंस आज?'

'थोडी भाजी मिळाली.'

'बरं. चल तू खाली; मी एवढ्यात खाली आलोच.'

पण ती दारातून हलली नाही. आपले टपोरे डोळे माझ्यावर रोखत ती म्हणाली, 'बाबूजी, तुम्ही किती दिवस राहणार इथं?'

'का ग? उद्या जा म्हणालीस तर जाईन मी.

'तसं नाय बाबूजी, दोन दिसांनी पुनव आली. तोवर ऱ्हानार नाय?'

'राहीन की.'

आपल्या हातात लपवलेला काळा दोरा माझ्या टेबलावर ठेवत ती म्हणाली, 'बाबूजी, हा दोरा ठेवा. जवळ राहू द्या.'

मी हसत म्हणालो, 'बाबली, कसला ग हा दोरा? घेऊन जा तू.'

एकदम तिचा चेहरा गंभीर झाला. काय बोलावं हे तिला सुचेना. तिच्या डोळ्यांत पाणी उभं राहिलं व ती म्हणाली, 'बाबूजी...'

'बरं तर, ठेव तो दोरा.'

चटकन् ती गालातल्या गालत हसली आणि म्हणाली, 'खाली जाते.'

'आलोच मी.'

बाबली गेल्यावर मी उस्मानला म्हणालो, 'उस्मान, आज बाबली काळा दोरा देऊन गेली.'

'होय साहेब, काल ती म्हणाली होती–'

'काय?'

'काहीतरी ह्या कोळ्यांच्या समजुती झालं. म्हणे ही जागा बाधक आहे.'

त्यानंतर दोन दिवसांनी संध्याकाळी मी वाचत बसलो असताना बाबली आली. बाबली संध्याकाळी आलेली पाहून मला आश्चर्य वाटलं. बाबलीचा थाट काही और होता. नेहमीपेक्षा जास्त फुलांनी तिचा अंबाडा भरलेला होता. तिचे ओठ पानानं रंगले होते. चापूनचोपून नेसलेल्या पातळानं आणि अंगातल्या तंग चोळीनं तिचे पुष्ट अवयव डोळ्यांत भरत होते. माझ्याजवळ येत ती म्हणाली. 'बाबूजी, आज पुनव.'

'बरं, मग?'

'आज आमचा सण. तुम्ही यायला पाहिजे.'

'कुठं?'

'आमच्या वाड्यात.'

'बाबली, पण लोक काय म्हणतील?'

'ते मी बघीन.'

'अगं, पण उस्मान माझ्याबरोबर येऊ शकणार नाही. मला वाटही माहीत

नाही.'

'मी पाठवीन कुणाला तरी. मग याल ना?'

'बरं येईन.'

जेवण झाल्यावर मी आणि उस्मान बोलत होतो; त्याच वेळी एक म्हातारा कोळी तिथं आला. बाबलीनं त्याला पाठविलं होतं. मी माझा कोट चढवला, बॅटरी घेतली आणि उस्मानला बंगल्यावर ठेवून त्या म्हाताऱ्याबरोबर निघालो. चंद्र नुकताच वर आला होता. ताडामाडांच्या राईत लपलेल्या त्या छोट्या वस्तीच्या मधलं पटांगण साफ केलेलं होतं. त्या पटांगणाच्या मध्यभागी एक शेकोटी पेटत होती. सभोवती लोक गोळा झाले होते. एका बाजूला माझ्यासाठी बैठक घातलेली होती. मी जाताच बाबली पुढं आली, 'बाबूजी, मला वाटलं तुम्ही येणार नाही!'

'का?'

'उगीच!' आणि ती हसली. मला बसवून ती माघारी वळली आणि आजूबाजूच्या माणसांत दिसेनाशी झाली. एका कोपऱ्यातून ढोलकाचा आवाज उठू लागला. गाण्याचे सूर त्यात मिसळू लागले. हळूहळू तालबद्ध पावलं टाकीत आठदहा तरुणी त्या मोकळ्या पटांगणात आल्या आणि टाळ्या वाजवून, नाचत त्यांनी शेकोटीभोवती फेर धरला. बाबलीही त्यात सामील झालेली होती. ढोलकाच्या तालावर टाळ्या आणि त्यातून उठणाऱ्या गाण्यांनी सारे धुंद झाले. कुणीतरी माझ्यासमोर ताडीचा मोघा आणि पेला आणून ठेवला. थोड्याच वेळात मी त्या नादानं गुंग झालो. ताडीचा आस्वाद घेत मी ते नृत्य करणाऱ्या त्या तरुणी, त्यांच्याबरोबर नृत्य करणाऱ्या त्या सावल्या, शेकोटीवर वाकताच क्षणभर उजळणारे चेहरे हे सारं पाहात असताना एक वेगळाच कैफ माझ्या डोळ्यांवर चढत होता. क्षणाक्षणाला ढोलक्याची लय वाढत होती; टाळी खळखळत होती. गाणं विसरून त्या तरुणी त्या गाण्याचे सूर घुमवू लागल्या. शेवटी ते नृत्य संपलं. सर्वत्र शांतता पसरली. त्या तरुणी परतल्या आणि काही मिनिटांची उसंत घेऊन ढोलक परत घुमू लागला. नृत्यासाठी तरुण पटांगणात उतरले.

कुणाचंही लक्ष न जाईल अशा बेतानं मी उठलो आणि समुद्राकडे चालू लागलो. भरतीच्या लाटांनी किनारा व्यापलेला होता. सागराच्या लाटांचा आवाज ऐकून मी एका माडाला टेकून बसलो. सिगारेटचा आस्वाद घेत डोक्यावरच्या झावळ्यांमागं उभ्या असलेल्या चंद्राकडे पाहात मी कितीतरी वेळ तसाच बसून होतो. वाळूत खसखसणाऱ्या पावलांनी मी भानावर आलो. बाबली येत होती. ती जवळ येऊन म्हणाली,

'बाबूजी, गाणं आवडलं नाही?'

'आवडलं.'

'मग मध्येच का आला?–कंटाळा आला?'

'नाही.'

'सांगा ना?'

'खरंच नाही.'

'मग चला ना!'

'बरं, चल.' म्हणून मी उठलो. 'बसून कंटाळा आला आहे; जरा पाय मोकळे करू आणि जाऊ.'

'बरं.'

फेसाळणाऱ्या किनाऱ्याकडे येणाऱ्या त्या रुपेरी लाटांकडे पाहात आम्ही माडांमधून जात होतो. बाबली काही बोलत नव्हती. मी म्हणालो,

'बाबली, ते गाणं म्हण ना!'

'ना!'

'खरंच म्हण ना!'

'ना.'

चंद्राच्या प्रकाशात ती न्हाऊन निघाली होती. ओढणी गळ्याशी आल्यानं व तिच्या पट्टयापट्टयांच्या तंग चोळीमुळं, तिचे पुष्ट अवयव अधिक डोळ्यांत भरत होते. तिचे मादक, हसरे, टपोरे डोळे आव्हान देत होते. मी आवेगानं तिचा हात धरला आणि तिला बाहुपाशात ओढली; तिचं दीर्घ चुंबन घेतलं. क्षणभर तिचे ओठ थरथरले. मी आवेगानं म्हणालो, 'बाबली.'

आपला हात सोडवून घेऊन बाबली मागं सरकली. एकवार तिनं माझ्याकडे स्थिर नजरेनं पाहिलं. क्षणात ती परत लाजली आणि मी पुढं पाऊल टाकताच मागं वळून माडाच्या झाडांतून पळत सुटली. माझं भान हरपलं आणि पाठोपाठ मीही धावलो. बाबली हसत पळत होती. क्षणाक्षणाला तिच्या माझ्यामधलं अंतर कमी होत होतं. मी तिला पकडलं आणि आम्ही दोघं अडखळून रेतीवर पडलो. आवेगानं बाबलीला मी बाहुपाशात कवटाळलं. चंद्रप्रकाशाच्या किरणांनी विणलेल्या झावळ्यांच्या सावलीत आम्ही गुरफटलो गेलो. भरतीचा समुद्र हेलावत होता. फेसाळलेल्या लाटा बेभान होऊन किनाऱ्यावर झेपावत होत्या.

दुसरे दिवशी बाबली आली तेव्हा माझ्या नजरेला नजर द्यायलाही ती लाजत होती. मी तिला म्हणालो, 'बाबली, मी उद्या जाणार.'

'का?'

'तू म्हणालीस म्हणून दोन दिवस जास्त राहिलो. माझी रजा संपलीय.'

'मग मी पण येणार!'

'कुठं? नवसारीला?' मी हसत म्हणालो.

'हा.'

'खुळी आहेस तू. मी गेलो तरी परत जरूर येईन.'

'अं हं; मी येणार!'

'छे! ते कसं शक्य आहे? लोक काय म्हणतील? अगं, मला तिथं नोकरी आहे. उन्हाळ्यात परत येईन मी.'

'जी.'

'रागावलीस? मी पुढं झालो आणि तिचा हात हातात घेतला.

आपला हात सोडवून घेत ती म्हणाली, 'जाते मी; संध्याकाळी येईन.'

'नक्की?'

'हां.' म्हणून ती जायला निघाली; मी तिला हाक मारली. पाकिटातून दहाच्या तीन नोटा काढून तिच्या हातात देत म्हणालो,

'बाबली, हे ठेव तुझ्याजवळ. जाताना कदाचित विसरेन मी.'

'बरं.' म्हणत तिनं त्या नोटा घेतल्या आणि माझ्यावर डोळे रोखत ती म्हणाली, 'बाबूजी.'

'काय बाबली?'

'तुमचा पत्ता मला द्याल?'

'कुठला? नवसारीचा?'

'हां.'

'हो, देतो ना! म्हणत मी माझं पेन काढलं. बाबलीनं माझा पत्ता मागितल्यामुळं मी चांगलाच अस्वस्थ झालो. एका कागदाच्या चिटोऱ्यावर मनात येईल तो नाव-पत्ता लिहून तिच्या हाती दिला. तिनं ती चिठ्ठी हातात घेतली. टपोऱ्या डोळ्यांत पाणी तरारल्याचा मला भास झाला. ती चटकन् परतली आणि झरझर पायऱ्या उतरून निघून गेली.

ती गेल्यानंतर थोड्या वेळानं उस्मान वर आला व माझ्या हातात त्या नोटा ठेवत तो म्हणाला, 'बाबलीनं तुम्हाला द्यायला सांगितल्या आहेत.'

'कुठं आहे बाबली?'

'गेली ती.'

'आणि काय म्हणाली?'

'काही नाही; पण ती रडत होती. काय झालं बाबूजी?'

'काही नाही-खुळीच आहे!'

संध्याकाळी बाबली येईल आणि तिची समजूत घालता येईल असं वाटून मी गप्प बसलो. पण बाबली आली नाही. मी तिची वाट पाहून थकलो. दुसरे दिवशी सकाळीही ती आली नाही. मला तिचा राग आला. मीही उस्मानला तिच्या चौकशीला

पाठवलं नाही आणि दुसऱ्या दिवशी नवसारीला निघून गेलो.

त्यानंतर माझं भाग्यच उजाडलं. माझी नायब-सुभा म्हणून नेमणूक झाली. नवीन नोकरीत माझं मन अधिक रमलं. घरच्याही उत्पन्नाची जबाबदारी माझ्यावर पडली. ह्या सर्वांतून मला डोकं वर काढायला उसंत मिळाली नाही. चार-पाच वर्षं लोटली. बाबलीची आठवणही मी विसरलो होतो. माझी नवसारीला बदली झाली आणि मी उन्हाळ्यात इथं येताच मला बाबलीची आठवण झाली. पण चारपाच वर्षांनंतर तिला भेटणं मला कठीण वाटलं. तिचं लग्नही झालं असेल कदाचित्.

एके दिवशी सकाळी कोवळ्या उन्हात मी बंगलीसमोर आरामखुर्चीवर वाचत बसलो होतो. त्याच वेळी माझ्या खांद्याला स्पर्श झाला. माझ्या शेजारी एक चार वर्षांचा मुलगा उभा होता. गोरापान, नाकीडोळी रेखीव. त्याच्या टपोऱ्या, काळ्याभोर डोळ्यांत पाहताना माझ्या साऱ्या भावना उफाळून आल्या. त्याच्या अंगावर एका चड्डीशिवाय काहीही नव्हतं.

आपल्या गळ्यातील ताईताकडे बोट दाखवत तो म्हणाला, 'आई...'

'तुझ्या आईनं दिला होय? कुठं आहे तुझी आई?'

त्यानं मागं वळून झाडीकडे बोट दाखवलं. परत ताईत हातात धरून तो माझ्याकडे पाहू लागला. मी पुस्तक बाजूला ठेवलं; त्याला मांडीवर घेतलं आणि त्याचा ताईत पाहू लागलो. तो पितळेचा गोल ताईत होता. त्याच्या दोन्ही टोकांना दोरा लावलेला होता. मला दाखवत असताना तो ताईत जरा हलला होता.

'छान आहे हं तुझा ताईत!' म्हणत मी तो ताईत बसवण्यासाठी हात पुढं करणार तोच तो ताईत पुरा निखळला. त्याची दोन्ही टोपणं बसवण्यासाठी मी हातात घेतली. त्याच वेळी त्यातून माझ्या मांडीवर लहानशी सुरळी पडली. मी कुतूहलानं ती सुरळी उलगडली. त्यावर काहीतरी लिहिलेलं होतं... अचानक मला सारं आठवलं! बाबलीला मी माझा पत्ता म्हणून दिलेली ती चिठ्ठी पाहताच अंगावर वीज कोसळावी तसं मला झालं. मी त्या मुलाला घेतलं आणि झाडीच्या रोखानं धावत सुटलो; पण कुठंही बाबली दिसली नाही. उमरेठमध्ये तिची चौकशी केली. एकानं मला गावापासून जरा दूर असलेली झोपडी दाखवली. मी धावत झोपडीपाशी गेलो आणि हाक मारली, 'बाबली!'

पण हाकेला उत्तर आलं नाही! झोपडी मोकळी होती. तिला कुणी इथं, कुणी तिथं पाहिल्याचं सांगत होते. मी सगळीकडे बाबलीला शोधत होतो. होताहोता दोघेचौघेजण माझ्याबरोबर बाबलीचा शोध करू लागले. उस्मान मला शोधत आला. त्याच्याकडे मुलाला दिलं आणि त्याला बंगलीकडे पाठवून दिला. हळूहळू सारं उमरेठ बाबलीला हुडकू लागलं. पण बाबलीचा शोध लागला नाही! जे व्हायचं होतं तेच झालं! दुसरे दिवशी बाबलीचा देह किनाऱ्याला लागलेला सापडला.

बाबलीचा एक मामा होता. त्यानं मला सारी हकिगत सांगितली. बाबलीला दिवस गेल्याचं समजताच साऱ्या कोळीवाड्यानं तिला वाळीत टाकली होती. गावाबाहेर ती झोपडीत राहात होती. कैक वेळा ती चांदण्या रात्री समुद्रकिनारी भटकताना दिसायची. सरकारी बंगल्याभोवती घोटाळायची. पण कुणाशी ती फारशी बोलायची नाही. मामा जेवढं देतील तेवढ्यावर ती दिवस कंठायची. मुलगा झाल्यानंतर ती सदैव मुलाला खेळवत बसलेली दिसायची. जणू ती माझी मार्गप्रतीक्षा करीत होती. पण मी इथं येऊनही तिला भेटलो नाही; तिची विचारपूसही केली नाही. म्हणून माझ्या मुलाला माझ्या स्वाधीन करून ती निघून गेली. तिच्याबरोबरच माझं सारं सुख, सारा आनंद एका क्षणात नाहीसा झाला. त्याच माझ्या मुलाचं नाव मी सुहास ठेवलं–होय, सुहास. माझा मुलगा आहेस तू.

मी तुला आजवर हे सांगितलं नाही. तुझ्याकडे पाहिलं की, मला प्रेमाचं भरतं येई. पण जसजसा तू मोठा होऊ लागलास, तसतसं तुझ्यामाझ्यात अंतर आलं. तू माझ्याकडे आश्रयदात्याच्या नात्यानं पाहात होतास. तुझे कृतज्ञतेनं भरलेले डोळे पाहताना माझं हृदय तिळतिळ तुटे. वाटे, तुला सारं सांगावं; पण धीर होत नसे. तुझी आई गेली, तसाच तूही मला पारखा तर होणार नाहीस ना, अशी भीती वाटायची. तुझ्या आशेवर गेली तीस वर्षे मी काढली आहेत. तू माझाच मुलगा आहेस, समाजामध्ये तू माझाच मुलगा म्हणून वावरला पाहिजेस. तुझा बाप जिवंत असताना तुला कुणी अनाथ म्हणावे हे आता मला सहन होत नाही. तू शिकला आहेस; तरुण आहेस. तू माझ्या भावना जाणशील अशी आशा आहे. माझ्या आयुष्यात घडलेल्या एका चुकीचं प्रायश्चित मी गेली तीस वर्षे भोगलं आहे. पण आता तूही मला दोषी ठरवलेस तर मात्र ते सहन करण्याची ताकद आता माझ्या ठायी राहिलेली नाही...'

रायसाहेबांच्या तोंडून हुंदका बाहेर पडला.

आपले पाणावलेले डोळे पुसत सुहास पुढे झाला आणि सद्गदित होऊन म्हणाला, 'पिताजी–'

'हां, बेटा,' म्हणत रायसाहेबांनी सुहासला कडकडून मिठी मारली. चंद्र माथ्यावर आला होता आणि सागराच्या रूपेरी लाटा किनाऱ्याकडे झेपावत होत्या. ∎

बकुल

गेले चार दिवस सारंगपूर बेहोष झाले होते. दरवर्षी ह्या दरम्यान तो अलौकिक कैफ सारंगपूरला चढत असे. तेथल्या दर्ग्यासमोर सारे महशूर गवई, ततकार, वाद्यनिपुण एकवार आपली सेवा रुजू करीत असत. या संगीताच्या मैफलीला दूरदरचे रसिक येत. गेले तीन दिवस हा सोहळा चालला होता. रात्री आठला सुरुवात होणारा कार्यक्रम पहाटेला संपत असे. पण या खेपेला एक नवीनच वातावरण गानप्रेमी लोकांत पसरले होते. अशी दाट वदंता उठली होती की, शेवटच्या दिवशी दसनूरखां गायला बसणार होते. आजवर दसनूरखांचे गाणे फारच थोड्यांनी ऐकले होते. पण ज्यांना ते भाग्य मिळाले होते, ते मात्र जे वर्णन करीत त्याने ऐकणाऱ्यांची हृदये हेलकावत. दसनूरखांनी एकही शिष्य तयार केला नव्हता. त्यांचा लहरी व दारुडा स्वभाव साऱ्यांना माहीत होता. 'नूर लगे तो, दसनूरखां' हे वाक्य साऱ्या संगीतप्रेमी लोकांना माहीत होते आणि आज शेवटच्या रात्री दसनूरखां गायला बसणार हे समजल्याने साऱ्यांच्या हृदयात एक प्रकारची अधीरता उत्पन्न झाली होती.

संध्याकाळ जसजशी होऊ लागली, तसतशी लोकांची अधीरता वाढत होती. हळूहळू एकएक त्या भव्य दर्ग्याच्या आत प्रवेश करू लागला. दर्ग्याचे वातावरण त्या समारंभाला अगदी साजेसे होते. समोर असलेल्या दोन जुळ्या कबरी निशिगंधाच्या पांढऱ्या जाळीने संपूर्णपणे आच्छादल्या होत्या. अत्तरमिश्रित धूपाचा वास दरवळत होता. आठच्या सुमाराला सारा दर्गा पूर्ण भरला. संथ बसलेल्या मधाच्या पोळ्याचा आवाज यावा तसा आवाज त्या दर्ग्यात घुमत होता. हळूहळू एकेक कलावंत आपली सेवा रुजू करू लागला. ती सेवा सुंदर असूनही लोकांना वाहवा देता आली नाही. त्यांची मने निराळीच आस बाळगून होती. मध्यरात्र होत आली तरी, दसनूरखांची वार्ता लोकांना कळेना.

शेवटी कोणी तरी ही अधीरता ओळखून येऊन जाहीर केले की, दरनूरखां आलेले आहेत आणि थोड्याच वेळात ते सेवेला बसतील. त्या वार्तेने साऱ्यांना पुन्हा नवचैतन्य आले. समोर गाणाऱ्या स्त्रीने आपला मल्हार समेवर येऊन थांबवला. आणि–

थोड्याच वेळात जवळच्या खोलीतून किंचित वाकलेली एक व्यक्ती आत आली. त्या व्यक्तीने एक जुनी इरापी घातली होती. डोईवरचा फेटा अस्ताव्यस्त होता. अंगावरच्या कोटाचे दोन्ही खिसे फुगलेले होते. बैठकीपर्यंतचे अंतर तोडीपर्यंत त्या गृहस्थाचे दोनतीन हेलकावे गेले. कबरीजवळ जाऊन त्यांनी मुजरा दिला आणि आपला चेहरा लोकांकडे वळवला. सातआठ दिवसांची पांढरीखड दाढी चेहऱ्यावर उठून दिसत होती. चेहऱ्यावरची सुरकुती न् सुरकुती मोजता आली असती. समोरच्या बत्तीच्या प्रकाशाने डोळे दिपत होते तरी, त्या किलकिललेल्या नजरेचा तांबडेपणा झाकला जात नव्हता. त्यांच्या त्या तांबड्या झालेल्या डोळ्यांवरून खांसाहेब शुद्धीत आहेत की नाहीत, याचीच साऱ्यांना शंका आली. प्रेक्षकांच्या चेहऱ्यांवरची नाराजी एकदम उठून आली.

मध्यवर्ती असलेल्या बैठकीवर येऊन त्यांनी तंबोरा हातात घेतला. पांढऱ्या चारीवर लावलेला तो तंबोरा आपल्या लहरी सोडू लागला. तबलजीने उगीच थाप मारली आणि तबला ठीक असल्याची नोंद दिली. सारंगीने त्या तंबोऱ्यात आपली साथ झटकन् एका तानेने मिळवली.

खांसाहेबांनी आकार लावला आणि सारे तटस्थ झाले. तो शुद्ध आकार साऱ्यांच्या हृदयात भरला. खांसाहेबांनी मध्येच समोरची बत्ती दूर करण्यास सांगितली, बैठकीवर, अंधारात त्यांची अस्पष्ट मूर्ती दिसत होती. अर्धा तास नुसता स्वर लावण्यात त्यांनी घालवला. कोणता राग आळवतात याचेच साऱ्यांना कोडे पडले. साऱ्यांना वाटले की, खांसाहेब पुन्हा आपण काय गाणार आहोत हेच विसरले वाटते.

मध्येच क्षणभर गाणे थांबले. आणि एक आर्त सुराची किनरी चाल साऱ्यांची हृदये कापीत गेली. अस्ताईचे बोल श्रोत्यांच्या कानांवर पडत होते– 'अकेली मत जाओ सखीरीऽऽ'

त्या रागाची सुरावट साऱ्यांना नवीन होती. तबला तर केव्हाच बंद झाला होता. सारंगी मधून मधून बरोबर धावण्याचा प्रयत्न करीत होती. सर्वांचे श्वास रोखून धरले जात होते. एक आधीच न समजणारा आनंद ते उपभोगीत होते. समोर जळणाऱ्या उदबत्त्यांचे धूम्रतरंग जितक्या सहजतेने वर चढत होते तितक्याच सहजतेने त्या अनोळखी रागाची खुलावट होत होती.

हळूहळू अस्ताईवरून अंतऱ्याच्या तार सप्तकाला आवाज भिडला आणि गाणे एकदम थांबले. भानावर यायला लोकांना वेळ लागला. गॅसबत्ती पुढे केली तेव्हा पाहिले

तो, खांसाहेबांचे डोळे निथळत होते. डोईचा मंदिल बाजूला पडला होता. पांढऱ्या बटा डोईवर अस्ताव्यस्त पसरल्या होत्या. थरथरणाऱ्या पायांनी खांसाहेब उठले. त्यांनी मुजरा केला आणि ते चालू लागले. कोणाला त्यांना आडवे जाण्याचा धीर झाला नाही. दर्ग्याबाहेर पसरलेल्या चांदण्यात खांसाहेब अस्पष्ट होत होत नाहीसे झाले.

त्यांनी एकदा नाक शिंकरले. थोड्याच वेळात त्यांना मागून कोणी तरी येत आहे असे वाटले. त्यांनी मागे वळून पाहिले तो एक स्त्री येत होती. त्यांनी विचारले, 'कोण ते?' ती स्त्री म्हणाली, 'मी चंपा.'

क्षणभर खांसाहेबांनी तिला निरखण्याचा प्रयत्न केला. तोवर तीच पुढे म्हणाली, 'मी बैठकीला आले होते. आपण बाहेर पडलात. मनात विचार आला, अशा वेळी कुठं जाल? म्हणून पाठीमागून आले. माझं घर इथंच आहे. आपले पाय लागले तर नशीब समजेन मी!'

क्षणभर खांसाहेबांनी आपल्या परिस्थितीचा विचार केला असावा. ते म्हणाले 'घरी? बरं, चल बेटी.'

त्या स्त्रीने त्यांचा हात धरला आणि ती दोघे त्या निर्जन रस्त्यावरून एकमेकांचा हात धरून गावच्या दिशेने चालू लागली. पाठीमागून दर्ग्याच्या दिशेने स्वरआलाप येत होते.

एका घरासमोर येताच त्या स्त्रीने त्यांना थांबण्यास सांगितले व तिने हाका मारण्यास सुरुवात केली. दोन क्षणातच कुणीतरी डोळे चोळीत दार उघडले. खांसाहेबांच्या हाताला धरून तिने त्यांना घरातल्या डाव्या जिन्याने वरच्या मजल्यावर नेले. वरच्या मजल्यावर येताच तिने त्यांचा हात सोडला आणि अगदी मंद करून ठेवलेला दिवा मोठा केला. तेव्हा खांसाहेबांनी पहिल्यांदाच तिला पाहिले. ती सुंदर नव्हती, पण तशी कुरूपही नव्हती. तिच्यावरची नजर काढून, त्यांनी ती खोली निरखण्याचा प्रयत्न केला. एका कोपऱ्याला पेटी, सारंगी, तबला ठेवले होते. बैठक मांडलेली होती. बैठकीवर तंबोरा आडवा पडलेला होता. आजूबाजूच्या फोटोंवरून ती कोण असावी हे त्यांनी ओळखले, पण-पण त्यांना त्याची फिकीर वाटली नाही. तिने पुढे होऊन त्यांनी काढलेला कोट व उतरलेला फेटा हातात घेतला व म्हणाली, 'खांसाहेब आता इथंच पडा. सकाळी आपली तबियत ठीक झाली की बोलू. संकोच मानू नका.'

बैठकीवर बसत लोडाला कलून ते म्हणाले, 'बेटी, शुक्रिया. पण मला आज लौकर झोप येईलसं वाटत नाही. तुला वेळ असला, झोप येत नसली, तर बैस इथंच थोडा वेळ. नाहीतर मला फार एकटं वाटेल.'

ती आर्त नजर पाहून चंपाला त्यांच्या बेचैन मनोवृत्तीची पूर्ण कल्पना आली. तिलादेखील खांसाहेबांनी गायिलेल्या त्या अनवट रागाने बेचैन केले होते. तिने

विचारले, 'खांसाहेब, त्या तुम्ही आज गायलेल्या रागाचे नाव काय?'

'बकुल.' खांसाहेब उसासा सोडून म्हणाले.

'बकुल!' ती आश्चर्याने म्हणाली, 'मी तर ह्या रागाचे नाव कधी ऐकले नाही खांसाहेब. फार जुना आहे का हा राग?'

'बेटी, नाही. तो जुना नाही. तू ऐकलेला नाहीस तो. आजही मी तो गायलो नसतो. पण काय झालं कोण जाणे, आज मला गायला बसल्यावर काही सुचेना. मनाची तगमग झाली. सारखी तिची आठवण येत होती आणि त्यामुळेच तो राग बाहेर पडला.'

'पण निम्माच राग गाऊन सोडलात तुम्ही.'

'पोरी, तेवढाच मला येतो.'

'म्हणजे?'

'तो राग मी तयार केला होता. जिच्यासाठी तो राग तयार केला, तीच गेल्यावर तो राग गाणार तरी कोण?'

'कुणासाठी तयार केलात हा राग?'

'माझ्या बेटीसाठी : बकुलसाठी' पण क्षणात ते भानावर आले. त्यांची मुद्रा संतप्त झाली. ते रागाने उठत म्हणाले, 'तुला कशाला हव्यात या चौकशा? चाललो मी.'

चंपाचा चेहरा पडला. त्यांना अडवीत ती म्हणाली, 'खांसाहेब, नका सांगू. मी नाही विचारणार. बसा.' तिच्या डोळ्यातलं पाणी पाहून खांसाहेब बसले. तिने कपाटातून सुरई आणि पेला आणून समोर ठेवला. थोडी मदिरा घशाखाली उतरताच त्यांना थोडे बरे वाटले. ते म्हणाले,

'बेटी, नाराज झालीस?'

'छे: नाही, कुठं?'

'बकुल माझी बेटी होती.'

'पण–'

'मला माहीत आहे तू काय म्हणणार ते! मला मूलबाळ नाही. आणि मी शिष्यपरंपराही ठेवली नाही. हेच ना? बेटी, हल्ली प्रत्येक गवयाच्या आजूबाजूला शिष्यांचं केंदळ वाढलेलं असतं. शिष्यपरंपरा निर्माण करण्याच्या नादात अस्सल गाणं मरतंय हे कोण पाहातो? बेटी, मी माझ्या गुरूची सेवा काय केली, हा गळा प्रसन्न करण्यासाठी कुठं कुठं भटकलो ते काय सांगू? माझे बुवा फार पीत असत. पहाटे बुवा उठायच्या आत दारू आणि मटन घेऊन यायचं काम मला करावं लागत असे. गुत्याचं पहिलं गिऱ्हाईक त्या वेळी मी असायचा. घरी आल्यावर शेगडी फुलवत बसेपर्यंत बुवांचं आन्हिक होई. दोनदोन, तीन-तीन दिवस ते आ करायला

तयार नसत. पाय रगडायचे. धोतरं धुवायची. प्रसन्न असले आणि तंबोरा उचलला की, जेवणखाण सोडून आठआठ तास नुसता रियाज चालायचा. असं करून ही कला शेवटी घेतली. त्या वेळी गाणं पैशाच्या मोलानं विकलं कधीच जात नव्हतं. माझ्या साऱ्या आयुष्यात फक्त एकच शिष्या मला लाभली आणि मी तिला सारं सारं दिलं. तिच्याखेरीज कोणी माझ्याकडं माझी गायनकला शिकण्याच्या अट्टाहासानं आलं नाही.

कोल्हापूरच्या एका सरदाराच्या वाड्यात माझी बैठक ठरली होती. गाण्याचा तो एक मोठा दर्दी होता. मी जेव्हा त्याच्या वाड्यात गेलो, तेव्हा त्यानं मला हाताला धरून दिवाणखान्यात नेलं. साऱ्या बाजूंनी त्याची मित्रमंडळी बसली होती. सारं घरगुतीच वातावरण होतं. तंबोरा लावून झाल्यावर मुजरा करून मी गायला बसलो. तोच पाठीमागचा चिकाचा पडदा बाजूला सारून एक सोळा-सतरा वर्षांची मुलगी आत आली आणि माझ्या डाव्या हाताला जरा सामोरी बसली. तिचं सौंदर्य काही अलौकिक होतं.

मी गायला सुरुवात केली. हळूहळू 'दरबारी' इतका रंगला की, माझा मीच माझ्या रागावर निहायत खुष होतो. 'वहावा,' 'बहोत खाशी' हे नेहमीचे आवाज रागात जास्त रंग भरत होते. मी सहज माझ्या डाव्या बाजूला पाहिलं, तो ती मुलगी गाण्यात गुंग झाली होती. तिचा पदर मस्तकावरून ढळला होता. खुल्या दिलानं ती माझ्या गाण्याची तारीफ करीत होती. मला तिची गंमत वाटली. इतक्या लहान वयात ती माझं गाणं समजू शकत होती, याचं मला कौतुक वाटलं. का कुणास ठाऊक, राग संपला आणि तंबोरा पुढे करीत मी एकदम तिला म्हणालो, 'कुछ गा सकती हो, तो गाओ.'

ती दचकून भानावर आली. तिची समाधी भंगली होती. तिचे डोळे विस्फारले होते. क्षणभरात तिनं स्वत:ला सावरून घेतलं. तिनं तंबोरा उचलला. तिने लावलेल्या आकाराबरोबर तिच्या रसील्या आवाजीने सारे बेभान झाले. तिने तोडी आळवावयास सुरुवात केली होती. पहिल्यांदा कापरा असलेला आवाज थोड्याच वेळात स्थिरावला. तिच्या गळ्यातून ताना अगदी सहज येत होत्या. ज्या वेळी तिने तंबोरा खाली ठेवला तेव्हा नकळत मी बोलून गेलो, 'सुभानल्ला!'

मला अचानक एक रत्न सापडलं होतं. मी त्याला पैलू पाडायचं ठरवलं. तिला मी नाव विचारलं आणि तिनं सांगितलं 'बकुळा.' नायकिणीची पोर होती ती. माझ्याकडे गाणं शिकणार का, म्हणून विचारताच ती आनंदानं तयार झाली. त्या रात्री त्या ठिकाणी मी तिला गंडा बांधला.

बकुळाला गाण्याचं फार वेड. मी तिला माझी मुलगी मानली आणि शिकवू

लागलो. तिने गाण्यापायी घरदार सोडलं. तिने घेतलेली मेहनत अजोड होती. आठआठ तास रियाज करीत असे. फक्त सहा महिन्यांतच तिचा आवाज असा रसीला बनला की, बस्स. तिच्या गाण्याचा विस्तार मोराने उघडलेल्या पिसाऱ्या सारखा असे. मी सांगत असे, ती गात असे. आम्हा दोघांना गाण्याखेरीज काही सुचत नसे. दोन वर्षांत बकुळाने या दसनूरखांला सबंध लुटलं. दसनूरखांजवळ स्वत:चं असं काही काही राहिलं नाही. मी जेव्हा बैठकीला बसत असे, तेव्हा माझ्यामागे बकुळा सदैव तंबोऱ्याला बसलेली असे.

ग्वाल्हेरला माझी बैठक होती त्या दिवशी: माझ्या आवाजाची थोडी तक्रारच होती. बकुळा पण कार्यक्रम रहीत करा असं म्हणत होती; कारण त्या बैठकीला ग्वाल्हेरचे सारे गवय्ये हजर राहणार होते. पण एकदा वचन दिलं ते फिरवू नये म्हणून मी स्वस्थ होतो. संध्याकाळपर्यंत गळा ठीक होईल. त्या ग्वाल्हेरच्या थंडीनं संध्याकाळपर्यंत कमालच केली. माझा घसा मला उघडता येईलसं दिसेना. पण बकुळाला 'चल' म्हणालो.

दिवाणखाना अगदी सजवला होता. सारे रसिक जमले होते. जमलेल्या गवयांना मी भेटलो. बकुळाची ओळख करून दिली. तंबोरा लावून बकुळाच्या हाती दिला. खरखरत स्वर निघू लागले. षड्ज, पंचमदेखील फुटू लागले. समोर बसलेले सारे गवई एकमेकांकडे पाहू लागले. जणू त्यांना म्हणायचं होतं, हेच का दसनूरखांचं गाणं! मी गोंधळलो. मला वाटलं, आजवर दसनूरखानं कमावलेलं सारं सारं आज गमवावं लागणार. बकुळाच्या स्पर्शानं मी भानावर आलो. मी मागे पाहिले तो बकुळ माझ्याकडे पाहात होती. तिच्या दृष्टीतला अर्थ मला तेव्हाच कळून आला. मी संमती देताच ती पुढे सरकली. एकदा माझ्या पायाला हाताने तिने स्पर्श केला. मी तिच्या खांद्यावर हात ठेवून तिला आशीर्वाद दिला आणि तिने आकार लावला. खर्जात येताना जेव्हा तिची मान मुरकत असे, तेव्हा तर ती इतकी गोड दिसे की वा! तिने त्या रात्री तर कमालच केली.

'बनी बनी बन धुंडी श्याम' हे शंकराचे बोल काढून तिने शंकरा आळवावयास सुरुवात केली, तेव्हा नुसती अस्ताई, अंतरा लोचदार व कमावलेल्या आवाजीने गाऊन रागाची मूर्ती तिने उभी केली. माझ्या अभिमानाला पारावार राहिला नाही. दिमाखाने मी साऱ्यांच्याकडे पाहात होतो. तिने शेवटी शेवटी गात्या गळ्यातून घेतलेल्या उपजा, बांधलेले बोल आणि ताना इतक्या सहज घेतल्या की, सारे चकितच झाले. जेव्हा तिने समेवर येऊन तंबोरा खाली ठेवला, तेव्हा कित्येक गवय्यांनी मला कडकडून मिठ्या मारल्या. आजवर कधी बकुळेला मी वाहवा दिली नव्हती; पण त्या दिवशी मी तिला पोटी कवटाळली आणि सांगितलं, 'बेटी, आता

तुला दसनूरखांची जरूर नाही.'

ग्वाल्हेरहून परत आम्ही बडोद्याला आलो. तिथे थोडे दिवस रहायचे ठरवले होते. एक दिवस मी संध्याकाळी गावातून परत आलो. माझ्या कानावर बकुळेचे स्वर आले. ते स्वर ऐकताच माझे पाय जमिनीला खिळले. ती सुरावट, ते बोल यापूर्वी मी कधीच ऐकले नव्हते. मी गडबडीने वर गेलो. बेभान होऊन बकुळा गात होती. मला राहवले नाही. मी ओरडलो, 'काय गातेस हे?'

ती दचकून भानावर आली. ती काय गात होती हे तिला देखील समजले नव्हते. ती लाजली आणि खाली पळत गेली. माझ्या कानात मात्र ते स्वर घुमत होते. मी तंबोरा घेतला. रात्रभर ते स्वर गुणगुणत होतो. मनाचे पडताळे घेत होतो. पहाटेला मला उमगले. मी धावत बकुळेकडे गेलो. तिला जागी करत मी म्हणालो, 'बेटी, तुम्हें मालुम है तुमने क्या किया है?' विस्फारलेल्या डोळ्यांनी बकुळ बघत होती. तिची झोप उडाली होती. 'बकुळ, तुमने आज नया राग पैदा किया है.' तिला घेऊन मी माडीवर गेलो. रागाची सुरावट इतकी सुंदर होती की, ती ऐकून बकुळ निहायत खुष झाली. त्यानंतर त्या रागाचे खटके पाडायला सुरुवात झाली. रात्रंदिवस मेहनत सुरु झाली. अंतऱ्यापर्यंत आम्ही पोचलो नाही तोच....

एक दिवस बकुळ बाहेरून आली ती ताप घेऊनच. माझ्या तोंडचे पाणी पळाले. गावात मुदतीच्या तापाची साथ होती. मी डॉक्टर आणले. तीच शंका खरी ठरली. दिवसेंदिवस बकुळ जास्तजास्तच क्षीण होत जात होती. ती सारखी आजारपणात त्या रागावर बोलत होती. त्या रागाचे नाव मी 'बकुळ' ठेवले होते. पण तो राग अंतऱ्यावर पोचण्याआधीच माझी बकुळा सतरा दिवसांत निघून गेली. रिवाज असा आहे की, गुरूने शिष्य तयार करायचा, आपल्या कलेची ज्योत लावायची आणि आपण निघून जायचं. मी माझा शिष्य तयार केला. मला वाटलं. 'चला, निदान एक पिढी तरी दसनूरखांला विसरायची नाही.' आणि मी अल्लाच्या दरबारात सेवा रुजू करायची संधी पाहात बसलो. पण बकुळ माझ्यापेक्षा सरस. तिच्यासारख्या रत्नाला सोडून मला कोण नेतो! ती गेली अन् मी राहिलो. दसनूरखांचा पहिला आणि शेवटचा वारस अल्लाने आपल्या दरबारी नेला!'

दसनूरखांनी घसा साफ केला, डोळे पुसले आणि म्हणाले, 'पोरी, उजाडायला लागलं! जातो मी. पुन्हा भेट व्हायची नाही. पण मुली, माझा तुला एवढा आशीर्वाद आहे की, देव तुझं भलं करो.'

चंपा गच्चीतून पाहात होती. पूर्व क्षितिजावर अनेक रंग उमटत होते. दसनूरखांची मूर्ती त्या दिशेने संथ पावले टाकीत होती.

■

चांदीरा

गुलमर्गला संध्याकाळी सातचे सुमारास मी पोहोचलो. आजूबाजूला दिसणारी हिमाच्छादित शिखरे, डोंगराच्या उतरणीवर दिसणारे दार वृक्षांचे जंगल पाहात माझ्या घोड्याबरोबर दिलेल्या आठ-दहा वर्षांच्या जहांगीरबरोबर बोलत केव्हा गुलमार्ग आले हे समजलेही नाही. टंगमर्गला ज्या सादीकने मला घोडे दिले होते, त्याने पुढे मनुष्य पाठवून माझी उतरण्याची सोयही केली होती. त्या छोट्याशा बंगल्यात माझे सामान लावले होते. तो मुलगा मला मदत करीत होता. त्याच वेळी माझी ब्रीफकेस नसल्याचे माझ्या ध्यानी आले. टंगमर्गवरून पुढे सामान पाठवून देऊन मी सादीकबरोबर गप्पा मारत बसलो होतो, तिथेच तळावर ती मी विसरलो ह्यात मला शंका राहिली नाही. त्याच केसमध्ये माझे सर्व पैसे व कामाचे कागद होते. पैसे गेले तर मला फिकीर नव्हती, पण ते कागद फार महत्त्वाचे होते. दिल्लीतले सारे काम त्या कागदांवर अवलंबून होते. त्या कागदांसाठी मला परत जाणे आवश्यक होते.

'जहांगीर, घोड्यावर जीन चढव.' मी सांगितले.

जहांगीर माझ्याकडे पाहातच होता.

'आताच्या आता परत आपण टंगमर्गला गेले पाहिजे.'

'साहेब, ह्या वेळेला?'

'होय, रात्र चांदणी आहे. ताबडतोब आपण येऊ.'

'साहेब, रस्ता फार खतऱ्याचा आहे. सकाळी गेले तर नाही चालणार?' तशा परिस्थितीतही मला त्या जहांगीरचे हसू आले. भेदरलेल्या चेहऱ्याने तो माझ्याकडे पाहत होता. सैन्यातही नोकरी केल्याने मला रात्री, अपरात्री घोड्यावरून प्रवास करण्याचा सराव होता. मी हसून म्हणालो, 'जहांगीर डरो मत. तू इथेच रहा. मी सकाळी परत येईन. घोड्यावर सामान चढव आणि तू झोप.'

जहांगीर कुरकुरतच बाहेर गेला. थोड्याच वेळात मी कपडे करून बंगलीच्या बाहेर आलो. बाहेर येताच बाहेरचा गारठा मला एकदम जाणवला. मी माझा ओव्हरकोट गळ्याशी बंद करून घेतला. हातमोजे चढवले. घोडे धरून जहांगीर उभा होता. त्याच्या हातून घोडे घेताना तो म्हणाला, 'साब...'

'जा, झोप जा जहांगीर. सकाळी उठशील तेव्हा मी इथेच असेन. झोप जा.'

घोड्यावर स्वार होऊन मी टंगमर्गचा रस्ता धरला. सर्वत्र बर्फ आच्छादिले होते. चंद्र नुकताच वर आला होता. सगळीकडे शांतता पसरली होती. घोड्याला जास्त दमणूक होऊ नये म्हणून मी सावकाश घोडे चालवत होतो. रस्त्याकडेच्या आकाशात उंच गेलेल्या दार वृक्षांच्या सावल्या रस्त्यावर पडल्या होत्या. वळणे घेत, आजूबाजूचा मुलूख न्याहाळत मी आरामात गुलमर्गचा डोंगर उतरत होतो. हळूहळू दार वृक्षांचे जंगल दाट होत होते. गार वारा अंगाला झोंबत होता. खालच्या बर्फामध्ये घोड्याच्या रुतणाऱ्या पायांचा होणारा खस्‌खस्‌ आवाज आणि त्याचे फुरफुरणे ह्याखेरीज सर्वत्र शांतता पसरली होती. क्वचित्‌, कुठून तरी दुरून एखाद्या श्वापदाचा आवाज त्या शांततेचा भंग करी. अर्धीअधिक वाट मी आलो असेन तोच कुठून तरी मारलेली एक हाक अचानक माझ्या कानावर आली. नकळत लगाम खेचला गेला. मी चौफेर न्याहाळू लागलो. कुठे काही दिसत नव्हते. हाक निश्चितपणे ऐकली होती. वळणावर मी येऊन थांबलो होतो. माझ्या एका बाजूला खडी उतरण होती. दुसऱ्या बाजूला एकदम चढण होती. दोन्ही बाजूला दार वृक्षांची तुरळक पसरण होती.

'चांदीरा ऽऽ'

ती हाक परत दऱ्याखोऱ्यातून घुमली. त्या हाकेने माझेसुद्धा मन चरकले. घोड्याला टाच मारण्याचेही भान मला राहिले नव्हते. घोडे जागच्या जागी फुरफरत होते. मी आजूबाजूला श्वास रोखून पाहात होतो. परत ती दीर्घ हाक सारे वातावरण भेदून गेली.

'चांदीरा ऽऽ'

या वेळेला ती हाक अगदी जवळून आल्यासारखी वाटत होती. मी पिस्तुलाला हात घातला. घोडे जोराने फुरफुरत होते, पाय नाचवत होते. आणि त्याच वेळी माझ्यासमोरून कोणीतरी धावत खालच्या उतरणीला गेल्यासारखे वाटले. अर्थात्‌ मला काहीसुद्धा दिसले नाही. फक्त बर्फावर पावलांचा आवाज होतो तसा आवाज आडवा गेल्यासारखे वाटले. घोडे जोराने खिंकाळले आणि क्षणात भरधाव वाऱ्याच्या वेगाने सुटले. खेचलेल्या लगामाला न जुमानता ती अवघड वळणे घेत ते धावत होते. जेव्हा घोडे ऐकेना, तेव्हा घोड्यावरची मांड घट्ट आवळून जिवाचा भरवसा सोडून मी त्या प्रसंगाला तोंड देण्याची तयारी केली.

जंगल संपले. टंगमर्गचा उतार लागला. तळ मागे पडला तरी घोडे धावतच

होते. टंगमर्ग गावात शिरून घोडे एका घरासमोर थांबले. घोडे थांबताच मी उतरलो आणि देवाचे आभार मानले. त्याचवेळी घराचा दरवाजा उघडला गेला. हातात दिवा घेतलेला सादीक माझ्याजवळ आला. मला ओळखताच तो म्हणाला, 'साहेब, येवढ्या रात्री आला?'

माझ्या कामाची मला आठवण झाली. मी विचारले, 'माझी लेदरची ब्रीफकेस तू पाहिलीस का?'

'होय साहेब, तुम्ही विसरून गेला होता. मी ती ठेवलीय. उद्या सकाळी पाठवणार होतोच. तेवढ्यासाठी आलात?'

'हो.'

'आणि बरोबर कोणी नाही?'

'अं हं!'

सादीक घोड्याकडे गेला. घामाने निथळत असलेले घोडे पाहून सादीक चुकचुकला–

'साहेब, फार पळवलंत वाटतं घोड्याला? असल्या खतरनाक रस्त्याला घोडे पळवू नये.'

मी फणकारून म्हणालो, 'मरो तुझं घोडं! मरायची हौस नव्हती मला. माझ्याऐवजी एखादा नवशिका प्रवासी असता तर त्याची भरलीच होती आज.'

'म्हणजे?' सादीक म्हणाला, 'साहेब, हे घोडं फार चांगलं आहे. लहान पोरालासुद्धा पाडायचं नाही, असं जपून जातं.'

'तर तर! वर गप्पा मारतोस? निम्म्या वाटेपर्यंत चांगलं चाललं होतं घोडं. अगदी सावकाश रमतगमत आम्ही जात होतो. अचानक ती हाक ऐकू आली. काहीतरी आडवं गेल्यासारखा भास झाला आणि तुझं घोड उधळलं ते इथवर थांबलंच नाही.'

'कसली हाक?'

'गम्मतच आहे! कोणीतरी चांदीरा, चांदीरा म्हणून हाका मारल्यासारख्या वाटल्या.'

सादीक माझ्याकडे बघतच होता.

'का?'

'घोड्याचा कसूर नाही, साहेब. तो मनसुखच होता.'

'कोण मनसुख?'

'साहेब, आता तुम्ही इथेच रहा. उद्या सकाळी दुसरे घोडे देईन.'

'बरं, पण मनसुख कोण?'

सादीकने माझा प्रश्न न ऐकल्यासारखा केला. त्याने एकवार आपल्या घराकडे पाहिले व तो म्हणाला,

'साहेब, माफ करा, माझं घर फार लहान आहे. माझी बिबी आत आहे. तुमची हरकत नसेल तर, आपण तबेल्यात जाऊ. सारी घोडी कामावर बाहेर आहेत. तबेला मोकळाच आहे.'

मी होकार दर्शविताच तो कंदील व घोडे घेऊन पुढे झाला. तबेल्यात त्याने घोड्याला बांधले. कंदील अडकवला. तिथल्या कट्ट्यावर त्याने बैठक अंथरून दिली. घरात जाऊन त्याने लाकडाचे ओंडके आणले आणि कट्ट्यासमोरची धुमी त्याने प्रज्वलित केली. सिगारेट काढून आम्ही दोघे ओढू लागलो.

मी परत विचारले, 'मनसुख कोण?'

'जाऊ दे साहेब–गुलमर्गला चांगली सोय झाली ना?'

'ते कोण हाक मारत होतं? चांदीरा कोण?'

त्याने एकवार माझ्याकडे पाहिले, आवंढा गिळला आणि तो म्हणाला,

'सांगतो साहेब.'

एवढे बोलून त्याने धुमीत ओंडके पुढे ढकलले. निखारे फुलले. धुमी प्रज्वलित झाली. त्या पेटणाऱ्या ओंडक्यांकडे पाहात तो सांगू लागला.

'आज दहा वर्षं उलटून गेली आहेत, साहेब. इथे टंगमर्गला मनसुख नावाचा एक इसम रहात होता. त्याची आठदहा घोडी ह्या तळावर स्वत:च्या मालकीची होती. त्याची आपल्या बिबीवर फार मोहबत होती. पण ऐन उमेदीत असतानाच एका मुलीला मागे ठेवून ती अल्लाघरी निघून गेली. त्याच मुलीचं नाव चांदीरा. त्यानंतर मनसुखने शादी केलीच नाही. मुलीवर त्याचा फार जीव होता. मुलीला नेहमी तो तळावर घेऊन येई. त्याने आपल्या मुलीचे नाव जरी चांद ठेवले होते तरी मुले खेळताना तिला चांदीरा म्हणून चिडवीत. तेच नाव पुढे कायम झाले. घोड्यावर बसून फिरण्यात, मुलांच्या बरोबर खेळण्यात चांदीरा मोठी होत होती. आणि ते पाहण्यात मनसुखला समाधान वाटत होते.

चांदीरा आपल्या आईसारखीच रूपवान होती. एखादी गुलाबाची टपोर कळी उमलावी तशी चांदीरा वाढत होती, वयात येत होती. सदरा विजार घातलेली, छातीवर ओढणी घेतलेली चांदीरा जेव्हा आपल्या बापाबरोबर तळावर येत असे, तेव्हा साऱ्यांच्या नजरा तिच्यावर खिळून रहात. तिच्या वाढत्या वयाची जाणीव जरी सर्वांना होती, तरी तिच्याठायी ती जाणीव नव्हती. ती साऱ्यांशी मनमोकळेपणाने बोलायची. घोड्यावरून रपेटीला जायची. मनसुख तिला म्हणायचा, 'पोरी आता तू लहान नाहीस. तळावर तू येणे ठीक नाही.'

आपले गुलाबी गाल फुगवून मिस्कील डोळे बापाच्या डोळ्याला भिडवीत ती विचारी 'का?' आणि मग मनसुख तिथेच थांबे.

चांदीराचे आपल्या मित्रांबरोबरचे मोकळेपणाचे बोलणे, घोड्यावरून रपेटीला

जाणे या साऱ्या गोष्टी गावात बोलल्या जात. अनेक अर्थ यातून काढले जात. ह्या साऱ्या गोष्टी मनसुखला समजत, पण मुलीपुढे तो अगदी दुबळा होता. चांदीराला दुखवणं त्याच्या कुवतीबाहेरचं होतं.

तळावर चांदीराचे अनेक मित्र होते. पण त्या सर्वात एक तिचा खास मित्र होता. त्याचं नाव होतं महंमद. मनसुखच्या घोड्यावर महंमद लहानपणापासून होता. लहानपणापासून चांदीरा आणि महंमद एकत्र खेळले, वाढले. महंमद वयात आला, तशी त्याला आपल्या जबाबदारीची जाणीव झाली. पण चांदीराच्या हिशेबी लहानपणीचाच महंमद होता. ती त्याच्याशी थट्टामस्करी करी. मनसुख नसला की, घोडा घेऊन त्याला रपेटीला नेई. आणि महंमद चांदीराच्या आठवणीने रात्रीच्या रात्री तळमळत पडे. चांदीरावर त्याचे प्रेम होते, पण चांदीरा त्याची मालकीण आहे हे तो विसरू शकत नव्हता.

महंमदने चांदीराला हे सगळे सांगावयाचे ठरविले. एक दिवस चांदीराबरोबर तो रपेटीला गेला. टंगमर्गपासून दूर गुलमर्ग वाटेवर दोघे आले. महंमद म्हणाला, 'चांदीरा, आपण जरा थांबू.'

'का?'

'मला तुझ्याशी थोडी बातचीत करायची आहे.'

दोन्ही घोडी झाडाला बांधून एका दगडावर दोघे जाऊन बसले. महंमद बराच वेळ स्तब्ध बसला. चांदीराला कसे सांगावे ह्याचा तो विचार करीत होता. चांदीरा त्याच्याकडे टक लावून पाहात होती. ती म्हणाली, 'बोल ना.'

'चांदीरा, तू आता लहान नाहीस. तुझी आता लवकरच शादी होईल.'

चांदीरा मोठ्याने हसली. एवढी हसली की, तिच्या डोळ्यांत पाणी तरळले. ती अधिक सुंदर दिसत होती. तिची ओढणी ढळली होती. आणि तिचे उन्नत उरोज महंमदला सलत होते.

'हेच तू सांगणार होतास? बद्दू कहीका! अरे मी शादी करणारच नाही.'

'चेष्टा नाही ही, चांदीरा. ह्यापुढे मला तुझ्याबरोबर फिरायला येता येणार नाही.'

'माझ्यावर नाराज झालास?'

'नाही चांदीरा. माझी, तुझ्यावर मोहब्बत आहे, म्हणून तुला भेटता येणार नाही मला.'

चांदीरा चपापली. तिने ओढणी घेतली. खाली पाहात ती म्हणाली, 'का?'

'चांदीरा, मी तुझा नौकर आहे. माझी तुझ्याशी शादी कधीतरी होईल का? मनसुखला ते कधीच आवडायचे नाही.'

चांदीरा खुद्कन् हसली व म्हणाली, 'चल ऊठ. पागल आहेस तू.'

'पण चांदीरा–'

चांदीरा थांबलीच नाही. ती सरळ घोड्याकडे निघाली. महंमद घोड्यावर स्वार होताच तिने भरधाव घोडा सोडला. महंमदने तिला गाठण्यासाठी घोड्याला टाच मारली, आणि दोन्ही घोडे टंगमर्गच्या दिशेने भरधाव उधळत निघाले.

चांदीराच्या व महंमदच्या वाढत्या रपेटी साऱ्यांच्या नजरेत येत होत्या. तळावरचे लोक त्यांची थट्टा करत. पाठीमागे कुचेष्टा करत. एक दिवस मनसुखने चांदीराला विचारले, 'चांदीरा, तू महंमदबरोबर रपेटीला जातेस?'

'हां.'

'पुन्हा जात जाऊ नको.'

'क्यूं?'

'मी सांगतो म्हणून.'

मनसुखने बोललेले ते कठोर शब्द चांदीराला लागले. तिच्या डोळ्यांत अश्रू आले. ते अश्रू पाहाताच मनसुख बावरला. चांदीराला जवळ घेत तो म्हणाला, 'चांदीरा, मला माहीत आहे तू फार चांगली आहेस. पण जगाचा तुला अनुभव नाही. आज तुझी आई असती तर, तिने तुला सर्व सांगितले असते. तुझी आता शादी होणार. तू महंमदबरोबर फिरणं चांगलं नाही. त्याच्याबरोबर तुझी कधीतरी शादी होईल का?'

'का?'

'तू त्याच्याबरोबर शादी करशील?'

चांदीरा प्रथम लाजली. तिने मान खाली घातली. खालच्या आवाजात ती म्हणाली, 'हा.'

शक्यतो आपला क्रोध आवरत म्हाताऱ्या मनसुखने विचारले,

'महंमद राजी आहे?'

चांदीराने मानेने होकार दर्शविला.

रागाने थरथरत मनसुख उभा होता. तसाच तो घराबाहेर पडला.

तबेल्यात महंमद कट्ट्यावर झोपला होता. शांत झोपलेल्या महंमदला पाहाताच मनसुखने कोपऱ्यातील काठी उचलली. महंमदने डोळे उघडले, तेव्हा मनसुखने उगारलेली काठी त्याला दिसत होती.

'ये तेरी हिंमत?' असे म्हणत मनसुख महंमदच्या अंगावर सपासप काठी ओढीत होता. वार चुकविण्यासाठी महंमद प्रयत्न करीत होता. महंमद जेव्हा निपचित जमिनीवर पडला तेव्हाच मनसुख थांबला. सारी रात्रभर मनसुख व चांदीरा त्याच्या जखमांना औषध लावीत होते.

त्या दिवसापासून चांदीराच्या स्वभावात फार बदल झाला. तिचा हसरा खेळकर स्वभाव कुठल्याकुठे नाहीसा झाला. ती अधिक चिडखोर बनली. मनसुखबरोबर ती

जेवढ्यास तेवढेच बोले. ती गोष्ट म्हाताऱ्या मनसुखला फार लागली. महंमददेखील तिच्याबरोबर बोलायचे शक्यतो टाळी. असे एक दोन महिने गेले. सीझन संपत आला होता. धंदाही मंदावला होता. दररोज बर्फ पडे. एक दिवस संध्याकाळी चांगली हवा पडली होती. तळावरील घोडी घरी नेण्याच्या घाईत सारे होते. मनसुख थंडीमुळे संध्याकाळी बाहेर पडत नसे. त्याचे गुडघे थंडीने धरले होते. महंमद आपल्या घोड्याला परत न्यायच्या तयारीत होता. पाचसहा सहकारी शेकोटी करून गप्पा मारत होते. त्यांच्याबरोबर बोलत हातात घोडे धरून महंमद उभा होता. त्याच वेळी त्याच्या कानांवर टापांचा आवाज पडला. त्याने पाहिले तो, चांदीराच पांढऱ्या घोड्यावरून येत होती. चांदीरा आली तसे, सर्वजण बोलायचे थांबले. सारे चांदीराकडे पाहात होते. चांदीरा महंमदला म्हणाली, 'चलो.'

'कुठे?'

'तू येणार की नाही?'

'या वेळेला? चांदीराने आपला ओठ आवळला आणि काय होते आहे हे समजायच्या आत आपल्या उजव्या हातातला चाबूक जोरात तिने महंमदच्या कानशिलावर फडकवला आणि घोड्याला टाच दिली. भरधाव वेगाने चांदीरा जात होती.

गालावरच्या जखमेने महंमद बेभान झाला. हाताने जखमेचे रक्त पुसून तो आपल्या हसणाऱ्या सहकाऱ्यांकडे पाहात होता. पण क्षणात त्याचा राग गेला. अनेक शंका त्याच्या मनात आल्या. आणि बघताबघता घोड्यावर स्वार होऊन तो चांदीराचे मागोमाग धावला.

चांदणे पडले होते. हिमाच्छादित रस्त्यावरून महंमद वाऱ्याच्या वेगाने रस्ता काटत होता. दार वृक्षांच्या राईतून वळणे घेत जाणाऱ्या रस्त्यावरून जिवाची पर्वा न करता महंमद घोडा पिटाळीत होता. क्षणाक्षणाला पुढच्या टापांचा आवाज जवळजवळ येत होता. गुलमर्गच्या अर्ध्या वाटेवर महंमदने चांदीराला गाठले. तिच्या घोड्याचा लगाम पकडला. घोडी थांबताच महंमद उतरला आणि त्याने चांदीराला उतरून घेतले. त्याच्या गालावरून हात फिरवीत तिने विचारलं, 'फार लागलं?'

महंमदने काही उत्तर न देता दोन्ही घोडी झाडाला बांधली. पाठीमागे चांदीरा होती. तिने पुन्हा विचारले, 'रागावलास?'

जवळची दरड चढून महंमद गेला तरी तो चांदीराबरोबर बोलला नाही. नंतर तिचे दोन्ही खांदे पकडून तो म्हणाला, 'का आलीस तू?'

'मला करमत नाही.'

'बस्स, एवढ्यासाठी? आता घरी गेल्यानंतर मनसुखला काय सांगणार तू!

किती छळणार आहेस तू मला?'

झाडाला टेकून चांदीरा रडत होती. महंमद उभा होता. चंद्र वर आला होता. त्याचे किरण दोघांना न्हाऊ घालत होते. महंमदने पुढे होऊन चांदीराला आपल्याजवळ घेतले आणि तिचा चेहरा दोन्ही हातात धरून उंचावला. तिचे ओठ थरथरत होते. डोळ्यांतील अश्रूंच्या रेषा गालावर उमटल्या होत्या. नकळत तिचे थरथरणारे ओठ, अश्रूंनी भरलेले डोळे आपल्या ओठांनी महंमद टिपू लागला. काळाचे, वेळेचे भान विसरून ते दोघे एकमेकांच्या विळख्यात गुरफटले होते. त्याच वेळी त्यांच्या कानांवर टापांचा आवाज पडला. दरडीखाली झाडाला बांधलेली घोडी जोराने खिंकाळली.

चांदीराला झाडाच्या छायेत ओढून डोळे तणावून महंमद पाहू लागला. भरधाव वेगाने एक घोडा येत होता. जरा जवळ येताच महंमदने मनसुखला ओळखले. रस्त्यावर बांधलेल्या दोन्ही घोड्यांजवळ त्याने घोडे बांधले. घोडी फुरफुरली. मनसुखने आपल्या जिनात खोवलेली बंदूक काढली आणि त्याने हाक दिली– चांदीराऽऽ'

महंमदने चांदीराच्या तोंडावर हात ठेवला. तिथेच झाडाच्या सावलीत खोडाच्या बाजूला ते मुरले. दरड चढून येणाऱ्या मनसुखची रुतणारी बर्फातली पावले आवाज करीत होती. श्वास रोधून महंमद आणि चांदीरा मनसुखकडे पाहात होती. हातातल्या बंदुकीला हेलकावे देत तो वृक्षांच्या राईतून त्यांना हुडकत जात होता. पंधरावीस पावलांगणिक तो हाक देत होता–

'चांदीरा ऽऽ'

साऱ्या दरीतून त्याचा प्रतिध्वनी घुमत होता. मनसुख दिसेनासा झाला तेव्हा, ते दोघे उभे राहिले. दुरून येणारी 'चांदीराऽ' अशी हाकही अस्पष्ट होऊ लागली. त्या दोघांनी आपले घोडे घेतले आणि पावलांचा कमी आवाज करीत सावकाश रस्ता काटायला सुरुवात केली. बरेच दूर आल्यावर त्यांनी घोड्यांना टाचा दिल्या आणि टंगमर्गचा रस्ता धरला. येईल त्या प्रसंगाला तोंड देण्याची तयारी करून ते घरी परतले.

त्या रात्री पहाटेच्या सुमारास वादळ झाले. खूप बर्फ पडला. सकाळ झाली, तरी मनसुखचा पत्ता नव्हता. चांदीरा आणि महंमदने खूप वाट पाहिली, पण मनसुख आला नाही. शेवटी गावातले लोक बरोबर घेऊन महंमद बाहेर पडला. रात्रीच्या बर्फाच्या वादळात सापडून मृत्युमुखी पडलेले घोडे रस्त्यावर बांधलेल्या स्थितीत सापडले. सारा दिवसभर आजूबाजूचा मुलूख पालथा घातला. पण मनसुखचा पत्ता लागला नाही.

पुढे उन्हाळ्यात बर्फ वितळू लागले, तेव्हा एक दिवस एका खोल दरडीत

बर्फात ढासळलेली मनसुखची लाश लोकांना मिळाली. त्याच्या कपड्यांवरून व बंदुकीवरून त्याची ओळख पटली.

सादीकने घसा खांकरला. शेकोटीत लाकडे खुपसली आणि तो म्हणाला,

'साब, तेव्हापासून मनसुखची साद त्या वाटेला घुमते. लोक म्हणतात, तो अद्यापी चांदीराला हुडकत फिरतो. तिथेच त्याचा आत्मा घोटाळतो.'

मी दुसरी सिगारेट काढून पेटवली व विचारले, 'सादीक, हे सगळे तुला कसे ठाऊक?'

सादीकने क्षणभर माझ्याकडे रोखून पाहिले व तो म्हणाला,

'साब, चांदीरा माझी बिबी आहे.'

'आणि त्या महंमदचं काय झालं?'

'माझेच नाव महंमद सादीक आहे, साब.'

■

रसूल

राजवैभव नाटक कंपनीच्या बिऱ्हाडी असलेल्या त्या दिवाणखान्याचा थाट राजवैभव नाटक कंपनीच्या वैभवाची खात्री देत होता. चारी भिंतींच्या कडेने लोडतक्क्यांची बैठक मांडलेली होती. जाड पोम्यांनी आच्छादलेल्या त्या बैठकीच्या मध्यभागी गालिचा पसरला होता. त्यावर चहाच्या मोकळ्या तरया, पानाची तबके व जयपुरी पिंकदाण्या विखुरल्या होत्या. त्या राजस बैठकीत कशिद्याने सुशोभित लोडतक्क्यांना टेकून बसलेल्या त्या सर्वांवरून रसूलने नजर फिरविली. तो बहुतेकांना ओळखत होता. नाटककार बापूसाहेब, संगीतभास्कर नारायणभाऊ, श्रीरंगाच्या खास तबलासाथीला बसणारे अण्णाभाऊ व नाट्यकलेच्या कोणत्या ना कोणत्या कोंदणात चमकणाऱ्या साऱ्या व्यक्ती श्रीरंगाच्या आजूबाजूला गोळा झाल्या होत्या. रसूलची नजर श्रीरंगावर खिळली. ज्याच्या साथीची हाव धरून तो तिथे आला होता, तो साऱ्या महाराष्ट्राला आपल्या स्वर्गीय आवाजाने, स्त्रीवेषांतल्या सौंदर्याने व अभिजात अभिनयाने मुग्ध करणारा श्रीरंग त्याच्याकडे पाहात होता. श्रीरंगाने आपली नजर एकवार रसूलवर फिरविली व नंतर तीच नजर मॅनेजरकडे वळवून विचारले,

'काय आहे?'

'नाना, हे आपणाला भेटावयाला आले आहेत. यांचे नाव रसूलमियाँ.'

रसूलकडे आपली शांत नजर रोखून श्रीरंगाने विचारले, 'काय काम होते आपले माझ्याकडे?'

रसूलने किंचित लवून मुजरा केला व तो म्हणाला, 'आपली कीर्ती ऐकून मोठ्या आशेने मी आपल्याकडे आलो आहे. हाती थोडे तबल्याचे कसब आहे, आपल्या चरणी ती सेवा रुजू करीत रहावे हीच इच्छा.'

'पण रसूलमियाँ माझ्याकडे जागा नाही. आमचे अण्णाभाऊ आहेतच. कोणी

सांगितले आपणाला की, राजवैभव कंपनीला तबलजीची जरुरी आहे म्हणून! काय अण्णाभाऊ, खरे ना!'

त्यावर हसत अण्णाभाऊ म्हणाले, 'खरेच आहे नाना ते. रसूलमियाँ, हे काम इतके सोपे नाही. नानाच्या साथीला बसण्यासाठी तो जन्माला यायच्या आधी दोन तपे तपश्चर्या केली, तेव्हा हे पुण्य पदरात पडले. फार मोठी तपश्चर्या असावी लागते याला.'

रसूलचा चेहरा एकदम पडला. त्याच्या साऱ्या आशा धुळीला मिळाल्या. त्यापेक्षाही त्या साऱ्यांचा थट्टेचा विषय होऊन रहावे हे त्याला सहन झाले नाही. श्रीरंगाला मुजरा करीत तो म्हणाला, 'बरं, घेतो मी आपली रजा.'

पण त्याच वेळी तेथे चाललेल्या गोष्टीत किंचितही भाग न घेता समोरच्या तबकातून आपले पान जुळवीत बसलेल्या नाटककार बापूसाहेबांना रसूलची कीव वाटली. थट्टेला विषय करून देऊन एका कलावंताने बाहेर जावे हे त्यांना आवडले नाही. ते चटकन् म्हणाले, 'थांब रसूलमियाँ, आमची राजवैभव नाटक मंडळी म्हणजे वाण्याचे दुकान नव्हे. थोडासा घसा ओला केल्याखेरीज तुम्हाला जाता येणार नाही. चहापाणी घेऊन चला.'

श्रीरंगाने आग्रह केला. 'हो हो! चहा घेतल्याखेरीज जायचे नाही, देवा.'

नाइलाजाने रसूल चोरून बसला. रसूलचे अस्तित्व विसरून सर्व मंडळी आपल्या कार्यक्रमात गुंतली. आण्णाभाऊंनी तबला काढला; सारंगी जुळू लागली. सर्व वाद्ये जुळून होईपर्यंत रसूलचा चहा पिऊन झाला. पण जुळू लागलेला वाद्यमेळ पाहून त्याचे पाय थबकले. बुवा श्रीरंगाला सांगू लागले, 'नाना सुरुवात दुसऱ्या अंकातल्या पदानेच करूया. मग बाकी कुठलेही पद तुम्हाला कठीण जाणार नाही. बापूरावांनी तर, पद इतके सुंदर केले आहे की बस! बोलायची सोय नाही. चाल लावलेली आहे तीही अस्सल देसकारातील. 'आमलारा माता मासे बोली जी' ही बंदिस्त चीजेचीच चाल ठेवली आहे. हे पहा, आता सांगतो, असे म्हणून बुवांनी घसा खाकरला. अण्णांनी अस्तनी सावरली आणि बुवांनी पहिली ओळ गळ्यातून काढली– 'मी राधा बाला आजी पाहे गोपाला.'

त्या गाण्याचे तोंडच इतके गोड होते की सारे एकदम खुष झाले. बुवांनी सारे गाणे म्हणावयास सुरुवात केली. त्या पदाची ठेवण जरी गोड वाटत होती, तरी काहीतरी खटकत असल्याचे प्रत्येकाला वाटत होते. वजनात कुठेतरी पद सूक्ष्म रीतीने मार खात होते. अण्णाभाऊ त्रितालात साथ देत होता; पण तबलजीच्या अंगात जी प्रसन्नता संचारत असते, ती त्याच्या ठायी नव्हती. ही ओढाताण चाललेली रसूल बराच वेळ पाहात होता. मांडीवर बोटे आपटून तालाचा अंदाज घेत होता. शेवटी त्याला राहवले नाही व तो म्हणाला, 'कसूर माफ करा. पण मला वाटते

ते सांगू का?'

'हो हो, सांगा ना!' बुवा म्हणाले.

'तीन ताल ऐवजी अद्धा धरला, तर पदाचे वजन कायम राहील आणि समेचे तोंडही अच्छीतऱ्हेने मिळायला हरकत पडणार नाही, असे मला वाटते.'

चारचौघांत, जाणकारी माणसांत आपणाला न सुचणारी गोष्ट नजरेत आणावी याचा अण्णाभाऊला संताप आला आणि तो म्हणाला, 'मियाँ, असले ठेके तुमच्या उत्तरहिंदुस्थानात. तसले भेसळ नाद इथे नाहीत खपायचे; समजलं?'

रसूलचा चेहरा पुन्हा पडला. पण त्याच वेळी बुवा म्हणाले, 'भाऊ, एकदा पाहा ना हे काय म्हणतात ते? शिकण्यासारखे असले तर लहान-थोर म्हणू नये माणसानं.' अण्णाभाऊंना ते सहन झाले नाही. त्याने तबला डग्गा पुढे सारला व म्हणाला, 'शिकू की, रसूलमियाँ घ्या तबला. तुम्ही सांगून मी वाजविण्यापेक्षा प्रत्यक्ष तुम्हीच दाखवा ना!'

एकदम सर्व जबाबदारी अशा तऱ्हेने अंगावर कोसळेलसे रसूलला वाटले नव्हते. त्यातूनही त्याला एक प्रकारचे समाधान मिळाले. आपलं कसब दाखविण्याची हीच वेळ आहे हे त्याच्या ध्यानी आले आणि त्याने तबला हाती घेतला. श्रीरंग पद म्हणू लागला आणि रसूलने तबल्यावर थाप मारली.

तीन तालाच्या वजनात सपशेल पडणारे गाणे अद्धा ठेक्यात उठू लागले. तबल्यावरील रसूलच्या हाताचा असामान्य गोडवा साऱ्यांच्या ध्यानी आला. मुखडा मारून समेवर रसूल येत असताना तेथल्या संगीत जाणणाऱ्या व्यक्तींच्या तोंडून 'हो' पडू लागला आणि पाहता पाहता गाणे खुलू लागले. रसूलच्या साथीवर खुललेल्या, श्रीरंग-बुवांच्या पल्लेदार जोड-ताना मन मोहरू लागल्या. आणि पाहता पाहता सारी मंडळी एका निराळ्याच आनंदात डोलू लागली. जेव्हा पद पूर्णपणे संपले, तेव्हा बुवा न राहवून म्हणाले, रसूलमियाँ, तुमच्या हाताची गोडी असामान्य आहे. एवढ्या कोवळ्या वयात तुम्ही आत्मगत केलेली ही विद्या पाहून कुणालाही कौतुकच वाटेल!'

साऱ्यांनी रसूलवर केलेल्या स्तुतीच्या माऱ्याने किंचित शरमिंदा होऊन रसूल आपल्या कपाळावरचा घाम पुसत होता. त्याच वेळी श्रीरंग म्हणाला, 'वा देवा, आम्हाला कल्पना नव्हती की, एवढ्या वयात तुम्ही विद्या आत्मगत केली असेल. तुम्ही आजपासून रहा आमच्या कंपनीत. आमचे अण्णाभाऊ आहेतच. पण तुमच्यासारखी गुणी माणसे आम्हाला जड होणार नाहीत.' त्या दिवसापासून रसूल राजवैभव नाटक कंपनीत राहिला.

श्रीरंगाचा तो स्वभाव होता. नाटक कंपनीत येणाऱ्या नवीन माणसाचे तो एवढे कौतुक करीत असे की, सांगायची सोय नाही. एकदा श्रीरंगानेच एखाद्याची तळी उचलून धरली की, सारी नाटक कंपनी त्या व्यक्तीच्या मागे धावत असे. रसूलच्या

बाबतीतही असेच होते. त्याचे अतोनात कौतुक चाललेले असे. नाटक कंपनीच्या बिऱ्हाडी कोणी परकी व्यक्ती आली की, श्रीरंग त्यांना अभिमानाने सांगत असे, 'हे आमचे रसूलमियाँ तबला सुंदर वाजवितात. फार गुणी माणूस...'

पण ह्याच स्तुतीमुळे अण्णाभाऊ दिवसेंदिवस भडकत होते. त्यांचा लहरीपणा जास्त जास्त वाढत होता. कैक वेळेला ऐनवेळी अण्णाभाऊंचा पत्ता नसे. आणि रसूलला त्या दिवशी साथ करावी लागे. यांतून रसूलचा मात्र फायदा होत असे. तो हळूहळू संपूर्ण तबला हाती घेऊ लागला. नवीन रुक्मिणी-हरण नाटकाची तयारी पुरी होत आली होती. त्या नाटकाच्या तयारीसाठी श्रीरंगाने पाण्यासारखा पैसा खर्चिला होता. नाटकात काम करताना घालण्यासाठी घेतलेले दागिने खरे असले पाहिजेत, हा श्रीरंगाचा हट्ट होता. या सर्वांवर कळस म्हणूनच की काय कोणास ठाऊक, श्रीरंगाने एक दिवस बिऱ्हाडी आलेल्या अत्तरीयाकडून दोन हजाराची अत्तरे खरीदली. रुक्मिणीहरण म्हणजे राजवैभव कंपनीचा परमोच्च बिंदू होणार यांत कुणालाही शंका उरली नाही.

पण याच वेळेला श्रीरंगाचा व अण्णाभाऊंचा खटला उडाला. आणि अण्णाभाऊंनी नोकरी सोडली. जाताना तो रसूलला म्हणाला, 'रसूल तुझ्या हातात आता तबला येत आहे. त्या कैफात तू रहाशील, पण एक ना एक दिवस असा येईल की, त्या वेळेला अण्णाभाऊंनी कंपनी का सोडली हे समजून येईल. आता सांगून ते तुला समजायचे नाही.'

रसूलवर मोठी जबाबदारी पडली होती. पण ती त्याने उचलायची ठरविली. नाटकाचा दिवस उजाडला. नाटक कंपनीच्या बिऱ्हाडी सर्वत्र धावपळ चालू होती. श्रीरंग तर कमालीचा अस्वस्थ झाला होता. खुद्द छत्रपती नाटकाला येणार होते. कोल्हापूरचे 'पॅलेस थिएटर' आज पूर्ण वैभवात रंगणार होते. ज्यासाठी सर्व अपेक्षा एकवटल्या होत्या, ज्याच्या निदिध्यासात कैक दिवस रात्रं-दिवस अनेक लोक राबत होते ते 'रुक्मिणी हरण' करताना श्रीरंग यशस्वी होईल की नाही याची हुरहुर सर्वांना लागून राहिली असल्यास नवल नव्हते.

रात्री पॅलेस थिएटरवर तो पोहोचला तेव्हा, थिएटरवर गर्दी उसळली होती. तिकिटे केव्हाच संपली होती. आणि पुढील खेळाचा प्लॅन सुरू झाला होता. रसूल स्टेजवर गेला तेव्हा, तेथे राजवाड्यातील महालाचा देखावा उभा करण्यात सारे गुंतले होते. तो स्टेजचा दरवाजा उघडून बाहेर आला. त्याने समोर नजर टाकली, तेव्हा साऱ्या थिएटरमध्ये दरवळणाऱ्या धुपाच्या वासाची पहिली जाणीव त्याला झाली. सारे थिएटर संपूर्णपणे भरले होते.

रसूलने खड्ड्याचे दार उघडून ऑर्गनच्या उजव्या बाजूस ठेवलेल्या तबल्याकडे जाऊन त्याने बैठक ठोकली. तबले मोकळे करून ऑर्गनच्या आवाजावर तो लावू

लागला. चांदीच्या हातोड्याने ठक्, ठक् ठकाक्, ठकाक् असा आवाज काढीत त्याने सर्व तबले जुळवून घेतले आणि ते जोड क्रमाने लावून ठेवले.

छत्रपती ललकाऱ्यांतून मुजरे घेत घेत थिएटरमध्ये आले. ते पुढल्या रांकेत मध्यभागी ठेवलेल्या प्रशस्त कोचावर बसले. तिसरी घंटा झाली. आणि मखमलीचा पडदा मध्यभागातून दुभंगू लागला. चढत चढत तो स्टेजच्या दोन्ही कामानींवर स्थिर झाला. तो भव्य देखावा पाहून साऱ्यांच्या तोंडून आश्चर्योद्‌गार बाहेर पडले. त्या वेळी किरीट घातलेली कृष्णाची मूर्ती त्या महालात अवतरली. रसूलने पहिल्या अंकातल्या सर्व गाण्यांना दमदार साथ दिली. जेव्हा अंक संपला, तेव्हा सारे प्रेक्षक मुक्तकंठाने स्तुती करीत होते. पण त्या सर्वांचे लक्ष आता दुसऱ्या अंकाकडे लागले होते. कारण ज्याला पाहण्यासाठी तो समुदाय जमला होता त्या श्रीरंगाचे दर्शन त्याच अंकात होणार होते. दुसऱ्या अंकाची घंटा झाली आणि पडदा वर गेला. रुक्मिणीच्या उद्यानातील प्रवेश मांडला होता. महाराष्ट्राला वर्षानुवर्षे अंकित करणाऱ्या त्या कलावंताचे दर्शन रुक्मिणीच्या वेषात साऱ्या प्रेक्षकांना झाले.

रुक्मिणी म्हणत होती, 'गोपींनो, तुम्ही अशा माझ्याकडे आश्चर्यचकित होऊन का पाहता आहात बरे? मी कोणी दुसरी नाही. राधा ती मीच. तुम्हाला खरं का नाही वाटत हे?' असे म्हणून मोठ्या नखऱ्याने श्रीरंग एक पाऊल मागे सरकला. त्याचा उजवा हात पदराच्या शेवाशी चाळा करीत होता. आपला डावा हात सहजपणे हृदयावर ठेवून त्याने नकळत घसा साफ केला.

त्याच वेळी सारंगीयाने षड्‌जपंचम लावून पदाचा इषारा दिला. रसूलने डग्ग्यावर डावी थाप मारून तो स्वरात मिळविला. आणि केवळ स्वर्गीय अशा संगीताचे स्वर रंगमंदिरात विहार करू लागले.

'मी राधाबाला अजि पाहे गोपाला.'

देसकारातील स्वरालापांनी भरलेला शांत रसाचा-निर्मळ झोत साऱ्या रंगमंदिरात वाहू लागला, अद्धा ठेक्याची दमदार साथ रसूल श्रीरंगाला देत होता. तंतुवाद्यानेदेखील नम्र होऊन मान खाली घालावी असा श्रीरंगाचा आवाज होता. त्याला रसूलच्या तबल्याची साथ इतकी अप्रतिम मिळत होती की, ऑर्गनचा स्वर धरल्याप्रमाणे अखंड नाद त्या तबल्यातून निघत होता. क्षणभर सारंगीचाही विसर पडून, ते चर्मवाद्य आपल्या गंभीर साथीने मन वेडावून टाकीत होते. आणि श्रीरंग निर्विकल्प समाधीच्या अवस्थेत पोहोचून गात होता. जेव्हा पद संपले, तेव्हा टाळ्यांचा एवढा कडकडाट झाला की, सारे थिएटर कोसळून पडते की काय असा भास झाला. समोरचे शब्द ऐकू येऊ लागले. श्रीरंगाने हसून रसूलकडे पाहिले. आणि पुन्हा तेच स्वर रंगमंदिरात विहरू लागले. दुसरा अंक संपल्या नंतर जेव्हा तो आत गेला, तेव्हा खुद्द श्रीरंग रसूलला म्हणाला, 'फार सुंदर साथ दिलीत, देवा. राहून राहून वाटत

होते, की तुमचा तबलाच ऐकत राहावे.'

त्यानंतर दोन वर्षांच्या अवधीत रसूलने स्वत:चे स्थान राजवैभव नाटकमंडळीत कायम केले. त्याच्या साथीला स्वतंत्र अर्थ प्राप्त झाला. रसूलची ख्याती इतकी वाढली की, नाटकाच्या वेळी रसूल जेव्हा विंगेच्या कडेचा दरवाजा उघडून खड्डयात प्रवेश करीत असे, तेव्हा प्रेक्षकांकडून त्याचे टाळ्या वाजवून स्वागत होत असे. आधीपासून बाहेरच्या ऑर्गनवर चालू असलेला स्वर, सारंगीयाची सारंगी जुळविताना होणारी लवचिक किण्‌किण् व रसूलचा तबला मिळविण्याचा खानदानी तोंग ऐकूनच प्रेक्षकांच्या मनात नाटक रंगणार याची खात्री पटत असे. रसूल उंचापुरा असल्याने त्याने मांडी घालून तबला हाती घेतला की, पाहाणाऱ्याला वाटे की, चर्मवाद्य नम्र होऊन त्याच्या पायाशी झुकले आहे. मर्दानी आवाजाचा केशव गाऊ लागला की, रसूलचा जो हात तबल्यातून केशवला विजेसारखी बोल-मुखड्यांची साथ देत असे, तोच हात श्रीरंगाच्या वेळी इतका नाजूक व प्रेमळ साथ करे की, त्या पदातील आर्तता थेट रसिकांच्या हृदयाचा ठाव घेई.

नाटक कंपनीच्या मुक्कामी हळूहळू रसूलचीही मित्रमंडळी गोळा होत होती. अशा अनेक मित्रांपैकीच पुण्याचा दादू हा एक होता. दादूभय्या वयाने म्हातारा होता, तरी त्याच्यात बराच हिरवटपणा कायम होता. सारंगीयाचा त्याचा पेशा होता. अनेक नायकिणींची बैठक तो यशस्वीपणाने करू शकत असे. पुण्याला कंपनीचा मुक्काम असला की, रसूलचा मोकळा वेळ दादूच्या संगतीत आनंदाने जात असे. नाटक नसलेल्या दिवशी दादू कोणाचे तरी गाणे ऐकण्यासाठी मोठ्या आग्रहाने रसूलला ओढून नेत असे.

पुण्याला कंपनीचा मुक्काम असताना एक दिवस दादूने रसूलला ओढून नेले. रसूल दादूबरोबर सुरंगीच्या माडीवर चढला तेव्हा, तेथे लोडतक्क्यांची बैठक मांडलेली होती. पण ती सजावट अत्यंत साधी होती. त्या बैठकीवर पाच सहा प्रतिष्ठित दिसणाऱ्या व्यक्ती बसलेल्या होत्या. रसूल आत जाताच तेथे एका कोपऱ्यात पानाचे विडे लावीत बसलेल्या वयस्क स्त्रीने रसूलचे स्वागत केले. त्या वेळी दादू म्हणाला,

'बाई, हेच ते रसूलमियाँ.'

'या, बसा. सारंगी एवढ्यात येईलच,' असे म्हणत तिने बैठकीची जागा दाखविली. रसूलला बसवून दादू तेथे ठेवलेल्या सारंगीकडे वळला. तबल्याच्या साथीवर एकवार वाद्य जुळवून होताच, आतला चिकाचा पडदा दूर सारून सुरंगी तेथे आली. तिने सर्वांना आदाबअर्ज केला व रसूलकडे नजर वळविली.

सुरंगीला पाहताच रसूलचे समाधान झाले. रंगाने जरी ती काळी-सावळी होती, तरी तिच्यात पुरेपूर आकर्षकपणा होता. हसताना तिच्या हनुवटीला पडणारी मुरड

खुलून दिसे. तिने तंबोरा उचलला व झंकारणाऱ्या तंबोऱ्यात सारंगीचे सूर मिसळले. क्षणभर तंबोरा थांबवून तिने रसूलला विचारले,

'काय गाऊ?'

'हवं ते. मनाला येईल ते मोकळेपणाने गा.' रसूलने उत्तर दिले. थोडासा विचार करून ती तंबोरा छेडू लागली आणि त्या वेळी तिचा शुद्ध आकार त्या सप्तस्वरांचा गोडवा लेवून सर्वांच्या कानी पडला. पिलू रागातील 'रसिया जाओ जी' ही अस्सल खानदानी चीज ती गाऊ लागली. मोकळ्या असलेल्या डाव्या हाताने ती सुंदर अदा करीत, अस्सल चिजेच्या नाजूक जागा स्पष्ट करून देत होती. तिच्या गळ्यात अशी काही झार होती, की जणू काय एखादी शोकविव्हल प्रेयसी आपल्या प्रियकराला आळवीत आहे असा रसूलला भास झाला. आणि समेवर त्याच्या तोंडून 'हो' पडू लागला. चीज संपताच नकळत रसूल बोलून गेला, 'वाहवा! बाई खूब केलीत.' ती चीज संपताच सुरंगीने तंबोरा खाली ठेवला. ते पाहताच बाकीचे म्हणाले, 'हे काय सुरंगीबाई, इतक्या लौकर...'

'बरं नाही वाटत आज. डोकं दुखतंय.'

साऱ्यांना त्याचा अर्थ समजला. समोरच्या तबकात प्रत्येकाने नोटा टाकून आपला निरोप घेतला. सारे गेले. रसूल दादूकरता खोळंबला होता. सारे गेल्यामुळे त्याला अवघडल्यासारखे झाले होते. तो दादूला म्हणाला, 'चलतोस ना दादू ?'

'का? घाई का? बसा ना.' सुरंगी म्हणाली.

'पण बाई, तुमची तब्येत बरोबर नाही. उगीच त्रास घेतलात तुम्ही!'

मग मोकळपणाने हसून ती म्हणाली, 'अहो, ते नुसतं सांगण्यासाठी होतं. तुम्ही पहिल्यानेच येत आहात. आपल्याला बोलायला मिळावं हाच हेतू होता माझा. आवडलं गाणं माझं?'

'वा बाई, फार सुंदर गाइलीत तुम्ही ती चीज. मला फार आवडली.'

'मग ऐकणार परत?'

'हो, ऐकू की. पण एक अट आहे. जातीचा तबलजी मी. दुसऱ्यानं अशा सुंदर गाण्याला साथ करून ऐकण्यात मजा नाही वाटत. तुमची ना नसेल तर, तबल्याला मी बसतो.'

'पण जमेल का मला हे?' सुरंगीने किंचित संकोचाने विचारले.

'त्याची फिकीर नका करू. अगदी तुमचाच साथीदार आहे असं समजून मोकळेपणानं गा. जसा दादू तसाच मी आहे, असं समजा. मग तर झालं?'

सुरंगीने तंबोरा उचलला. रसूलने तबल्यावर हात फिरवला. आणि सारंगीयाने गज टाकून सुरुवात केली. रसूलच्या हाताची बाया घुमू लागली. सुरुवातीचा सुरंगीचा संकोच नाहीसा झाला. आणि ती विश्वासाने गाऊ लागली. समेवर येताना

ती रसूलकडे पाहत असे तेव्हा, रसूल किंचित हसून भरदार तिया देऊन सम गाठत असे. पाहता पाहता सुरंगी भान हरपून गाऊ लागली आणि रसूल पुरा रंगून बोल-मुखड्यांची दमदार साथ करू लागला. जेव्हा चीज संपली, तेव्हा एका निराळ्याच आनंदात रसूल आणि सुरंगी पोहत होती. रसूल म्हणाला, 'बाई काय गाणं गाइलात!'

'रसूलमियाँ, आयुष्यात कधी विसणार नाही मी हे गाणं. आजवर मी कधीच इतकी रंगून गाइले नव्हते. तुमची साथ माणसाला वेडं करते म्हणतात, ते काही उगाच नाही. समेवर येताना गाण्यापेक्षा ती सम तुमच्या तबल्यातून गाठलेली ऐकावीशी वाटते.'

रसूल सुरंगीच्या माडीवरून उतरला ते दुसऱ्या दिवशीच्या जेवणाचे आमंत्रण घेऊनच. पाहिल्या भेटीतच रसूलला वाटत होते की, सुरंगीची नि आपली ओळख आजची नाही. फार जुनी आहे ती. त्या दिवसापासून सुरंगीची आणि रसूलची वारंवार भेट होऊ लागली. ज्या दिवशी नाटक असेल, त्या दिवशी सुरंगी नाटकाला जात असे. नाटक संपल्यानंतर रसूल कैक वेळा तिला घरापर्यंत पोहोचवीत असे. रसूलइतकीच सुरंगीही त्याच्याकडे आकर्षिली जात होती. हळूहळू रसूलचे मुक्काम सुरंगीकडे पडू लागले. रसूलच्या पोरक्या आयुष्यात त्याला पहिल्यांदा मायेचा ओलावा मिळाला. दोन महिन्यांचा नाटक कंपनीचा मुक्काम संपायची वेळ जसजशी जवळ येऊ लागली, तसतसे दोघेही बेचैन होऊ लागली. आणि शेवटी मुक्काम सोडायच्या आधीच दोघे झुलवा पद्धतीने विवाहबद्ध झाले. शक्यतो लवकर परत येण्याची हमी देऊन रसूलने पुणे सोडले. पण त्या वेळी त्याचा जीव पुण्यात पुरा गुंतला होता.

मुंबईत मुक्कामात रसूलला एकदोन दिवसांची जरी सवड मिळाली, तरी तो पुण्याला जात असे. आणि सुरंगीला भेटून येत असे. कधी मुंबईचा मुक्काम संपतो व आपण परत पुण्याला जाता असे त्याला झाले होते. जेव्हा मुंबईचा चार महिन्यांचा मुक्काम संपला व कंपनी परत पुण्याला आली तेव्हा त्याचा जीव खाली पडला. मुंबईहून परतताना त्याने आपले पगाराचे पैसे खर्चून मुंबईहून सुरंगीसाठी नवीन शालू व तऱ्हेतऱ्हेचे कापड आणले होते. एक दिवस सुरंगीने श्रीरंगाला आपले गाणे ऐकविण्याची इच्छा रसूलजवळ प्रगट केली. तेव्हा रसूल म्हणाला,

'त्यात काय! नवीन नाटक बसवावयाचे चाललेले आहे, त्यातून सवड मिळताच घेऊन येतो त्यांना.'

नाटक व तालीम नसलेला दिवस पाहून रसूल श्रीरंगाकडे गेला. सुदैवाने श्रीरंग एकटाच होता. रसूलला पाहताच श्रीरंग म्हणाला,

'काय रसूल! ठीक आहे ना? बैस.'

रसूल बसला. श्रीरंगाकडे गोष्ट कशी काढावी हेच त्याला सुचत नव्हते. त्याच वेळी तो बोलत नाही हे पाहून श्रीरंगाने विचारले,

'काही काम होतं का?'

'नाना, तुम्हाला एक विनंती करायला आलो होतो.'

'कसली विनंती रसूल?'

'येथेच एक सुरंगी म्हणून गाणारीण आहे. माझ्या परिचयाची आहे. गाते सुंदर, पायातही तिच्या कसब आहे. तिची इच्छा आहे की, एकवार तुम्ही तिच्या घरी पायधूळ झाडावी.' खाली मान घालून रसूल पुढे म्हणाला, 'मी तिला वचन दिलंय, नाना.'

त्यावर श्रीरंग हसून म्हणाला, 'इतकं लाजायला नको, रसूल. मला माहीत होतं सारं. मुंबईला असताना तुझी धावपळ चाललेली होती तेव्हाच, मी चौकशी केली. मला सारं समजलं. बरं आहे, जाऊ आपण.'

'केव्हा?'

'जर अडचण नसली तर, आजच जाऊया आपण. कळव तसं त्यांना.'

रसूलने मोठ्या आनंदाने ती बातमी सुरंगीला कळविली. रात्री दहा वाजता श्रीरंगाला घेऊन गाडीतून तो सुरंगीच्या जागी पोहोचला. सुरंगीने तो दिवाणखाना जितका सजवता येईल तितका सजवला होता. श्रीरंग आत येताच सुरंगीने नमस्कार करून श्रीरंगाचे स्वागत केले. त्या दिवशीचा थाट काही निराळाच होता. रसूलला आपण सुरंगी पहात नसून दुसरेच कोणीतरी पहात आहोत असा भास झाला.

त्या दिवशी सुरंगी अगदी मन लावून गाइली. दुर्गा रागातील 'रात बहई साजन' ही चीज आणि दोन ठुमऱ्या ती गाइली. अदा करून गाइलेल्या त्या दोन्ही ठुमऱ्या बहारदार वाटल्या. जेव्हा बैठक संपली, तेव्हा श्रीरंग तृप्त झाल्याचे समाधान त्याच्या चेहऱ्यावर दिसले.

श्रीरंग तेवढ्याच मैफलीवर थांबला नाही. त्याच्या अधूनमधून सुरंगीच्या घरी खेपा होऊ लागल्या. सुरंगीला तो नाटकाला आग्रहाने बोलावू लागला. सुरुवातीला रसूलला त्यात काही वावगे आहे असे दिसले नाही. पण जसजशा श्रीरंगाकडून भारीभारी किंमतीच्या भेटी सुरंगीला जाऊ लागल्या, तसतशी त्यामागे निराळी भावना आहे असे रसूलला वाटू लागले. सुरंगीच्या माडीवर जेव्हा श्रीरंगाची व रसूलची गाठ पडत असे, तेव्हा तेव्हा सुरंगीला आपली अडगळ वाटते असे रसूलच्या ध्यानात येऊ लागले.

श्रीरंगाच्या ठायी पडलेला बदल पाहून नाटक कंपनीतसुद्धा चिंतेचे वातावरण पसरले होते. प्रत्येक नाटकाच्या प्रयोगाला पहिल्या रांकेची दोन तिकिटे सुरंगीकडे पाठविली जात असत. दोनदोनशे रुपये भरून नाटक पहायला उतावीळ झालेल्या

अमीर-उमरावांना तिकिटे शिल्लक नाहीत म्हणून सांगत असताना, भरलेल्या थिएटरमध्ये पुढच्याच रांकेच्या दोन खुर्च्या सदैव रिकाम्या असत. सुरंगी तेथे जाऊन बसली की, समोरच्या खड्ड्यात बसलेल्या रसूलला हे पाहून असह्य होई. गात असताना श्रीरंग तिच्याकडे कटाक्ष टाकत असे ते पाहून, रसूलच्या अंगाचा जळफळाट होई. त्याला वाटे की, श्रीरंग सुरंगीला सांगतो आहे – मैफलीचा बादशहा मी आहे. हे साथीदार माझे वजीर आहेत.' श्रीरंग हळूहळू सुरंगीच्या संपूर्ण आहारी जात होता. रसूल तिला आवरण्याचा प्रयत्न करीत होता. पण सुरंगीच्या नजरेत रसूलला तबलजीपेक्षा फारसा अर्थ उरलेला नव्हता. श्रीरंग आपल्या उधळ्या स्वभावाने नाटक कंपनीला कर्जाच्या खुड्डयात लोटत होता हे साऱ्यांना दिसत होते. पण त्याला हक्काने सांगणारे कोणी राहिले नव्हते. एक दोन नाटके नवीन बसविली. त्यांच्यासाठी पाण्यासारखा पैसा खर्च केला. पण तरी नाटके संपूर्णपणे पडली. रसूलची कदर करणारी एकच व्यक्ती होती. ती म्हणजे नारायणबुवा. पण तेही केशवच्या मागोमाग नाटक कंपनी सोडून गेले होते. दोनतीन वर्षांत राजवैभव नाटक मंडळी या थराला येऊन पोहोचली होती.

पोरका झालेला रसूल, मायेचा ओलावा शोधण्यासाठी माड्या धुंडू लागला. सुरंगीचा विचार नाहीसा करण्यासाठी नशापाणी करण्यास त्याने हळूहळू सुरुवात केली. हळूहळू सुरंगी त्याला भेटायचे टाळू लागली. नाटकाच्या वेळेला रसूलला हुडकून आणावे लागू लागले. रसूल किती केले तरी अभिजात कलावंत होता. रसूलचा तोल गेला तरी त्याच्या हाताचा तोल गेला नाही. एखादे दिवशी रसूलला असा ओढून आणला की, लोक म्हणत, 'आज रसूलची करामत बघा. घोड्यावर आहे स्वारी.'

पुण्याच्या मुक्कामी 'रुक्मिणी-हरण' नाटकाचा दिवस होता, आणि रसूल असाच बेपत्ता होता. श्रीरंग अवस्थ झाला होता. रसूलला हुडकायला माणसे गेली होती. दुसरा अंक सुरू व्हायच्या आधी थोडा वेळ, रसूल थिएटरवर पोहोचला. त्याचा चेहरा संतप्त होता. तो तसाच आत घुसला. रंगमंदिरात श्रीरंग दुसऱ्या अंकाचे कपडे घालीत होता. रसूल जेव्हा तेथे पोहोचला, तेव्हा श्रीरंगाच्या भुवया कोरल्या जात होत्या. श्रीरंगाने रसूलला पाहताच आपला राग प्रकट केला-'रसूल, किती वेळ केलास हा?'.

रसूलने आपल्या डाव्या हाताला रुमाल गुंडाळला होता. तो म्हणाला, कसूर माफ करा.'

श्रीरंगाचा संताप वाढला होता. तो खुर्चीवरून उठत म्हणाला, 'रसूल, अलीकडे मी हे फार बघू लागलो आहे. दिवसेंदिवस तुझी मिजास वाढत चालली आहे. पण केव्हाही गाणारा हाच राजा असतो. साथीदारांना तो मान मिळत नाही. तुला असं

वाटतं काय, की तुझ्याशिवाय माझं गाणं पडेल?'

'पण नाना...'

'बस्स कर. मला असल्या भाकड कथा नको सांगूस. तू आज जर साथीला बसला नाहीस, तर मला तुझी गरज नाही. पुन्हा माझे तोंडसुद्धा पहायला येऊ नकोस. समजलं?'

रसूलचा राग मनात आवरत नव्हता. त्या संतापाच्या भरात तो खड्डयात जाऊन बसला. घंटा झाली आणि पडदा वर उचलला गेला. राज-उद्यानातील देखावा लोकांना दिसू लागला. शालू नेसलेली रुक्मिणी स्वगत भाषण करू लागली. ते स्वगत भाषण संपायच्या आतच ऑर्गनने सूर धरला. सारंगी त्या स्वरात मिसळली. आणि जड अंत:करणाने रसूलने तबल्यावर थाप मारली. मोठ्या नखऱ्याने रुक्मिणी एक पाऊल मागे सरली. उजव्या हाताने पदराशी चाळा करीत तिने डावा हात छातीवर ठेवला. आणि मग देसकारातील मधुर स्वर प्रतिगंधर्व अशा त्या श्रीरंगाच्या मुखातून बाहेर पडू लागले. पाहता पाहता प्रेक्षक त्या नादब्रह्मात गुंग झाले. जेव्हा पद संपले, तेव्हा साऱ्या थिएटरमधून 'वन्स मोअर' चे ध्वनी उमटले. ऑर्गन परत वाजू लागला. सारंगीची किणकिण उडाली आणि जड अंत:करणाने रसूलने अद्धा ठेका धरला. श्रीरंग गात होता,

'मी राधा बाला अजि पाहे गोपाला.'

पद संपले आणि रसूलने एक दीर्घ नि:श्वास सोडला. पण ते समाधान टिकणारे नव्हते. पूर्वीपेक्षाही जास्त जोराने टाळ्यांचा कडकडाट झाला व 'वन्स मोअर'ची मागणी अधिक जोराने आली. भीतियुक्त अंत:करणाने रसूलने श्रीरंगाकडे पाहिले. त्याचे डोळे विनवीत होते. ''नको नाना, हा 'वन्स मोअर' स्वीकारू नका.'' पण श्रीरंगाचे डोळे निराळ्याच कैफात वावरत होते. पुन्हा ऑर्गनचा सूर धरला गेला, तसे रसूलला आवरले नाही. एकवार प्रेक्षकांकडे तिरस्काराची नजर टाकून, खड्डयाची फळी खाडकन उघडून तो सरळ थिएटर बाहेर निघून गेला. रसूल जाताच ऑर्गन थांबला. स्टेजवरचा श्रीरंग गोंधळला. जवळचा दुसरा तबलजीही गोंधळून गेल्याने त्याला लौकर तबला हाती घ्यायचे सुचले नाही. आणि हे सारे ओळखून दुसऱ्या पात्राने स्टेजवर प्रवेश केला. संवादाला सुरुवात झाली. गॅलरीतील वन्स मोअरची आरोळी बंद पडली व साऱ्या प्रेक्षकांत कुजबूज वाढली.

रसूल रात्रभर भटकत होता. खूप प्याला होता. पण त्याने त्याची तगमग थांबली नाही. त्याने निश्चय केला की, साऱ्या गोष्टी श्रीरंगाला सांगायच्या. त्या ऐकल्यावर श्रीरंगाचा राग नाहीसा होईल. अशी त्याची खात्री होती. पण जेव्हा तो नाटक कंपनीच्या बिऱ्हाडी पोहोचला, तेव्हा त्याला नोकरीवरून कमी केल्याचे मॅनेजरनी सांगितले. रसूलला भेटण्याची सुद्धा श्रीरंगाची इच्छा नव्हती. रसूलची श्रीरंगावर

भक्ती होती. त्याचे श्रीरंगावर प्रेम होते. त्याच्या साथीला बसण्यात त्याला स्वर्गसुखाचा आनंद वाटत होता. कृष्णाने लावलेल्या पारिजातकाच्या फुलांचा सडा ज्या कोमलतेने रुक्मिणीने वेचला असेल, त्याच कोमलतेने श्रीरंगाच्या गळ्यातून बाहेर पडणाऱ्या ताना आपल्या बोल मुखड्यांच्या साथीवर रसूलने झेलल्या होत्या. डोळ्यांतील पाणी टिपत रसूल कंपनीच्या बाहेर पडला. आज तो अक्षरश: पोरका झाला होता.

राजवैभव नाटक कंपनी सोडल्यानंतर रसूल एक-दोन नाटक कंपन्या फिरला. पण तो कोणत्याच ठिकाणी पाचसहा महिन्यांपलीकडे टिकू शकला नाही. त्याच्या गुणाची कदर कोणी करू शकला नाही. कोठे कोणाची बैठक अडली की, त्या वेळेपुरता रसूल साथीला जात असे. अशाच मैफली सजवून, जे काही मिळेल ते तो घेत होता. आणि त्यावर गुजराण चालवीत होता. एकदोन नायकिणींच्या नोकऱ्या त्याने पत्करून पाहिल्या. पण त्यात त्याचे मन रमले नाही. रसूल ढासळत, ढासळत, इतका ढासळला की, त्याला प्यायला दिल्यानंतर कुठेही रात्रभर तो साथीला बसू लागला. एकदा तर तो, पाच रुपयांसाठी तमाशात सुद्धा साथीला गेला.

मुंबईमध्ये एक दिवस तो असाच बेकार फिरत असताना, त्याला त्याच्या ओळखीच्या एका इसमाने गाठले व साथीला येणार का, म्हणून विचारले. कोणातरी नायकिणीचा तबलजी हजर नव्हता. मैफल अडली होती. रसूलला त्याच्याशी काही कर्तव्य नव्हते. भरपूर प्यायला आणि त्याशिवाय पैसेही मिळणार होते. रसूलला तेवढे बस्स होते. रसूल मुक्कामाच्या ठिकाणी जाऊन तबला लावू लागला, त्या वेळी आतून बाई आली. रसूलने वर पाहिले तो तिथे सुरंगी उभी होती. तीही त्याच आश्चर्याने रसूलकडे पहात होती. रसूलला वाटले की, असेच उठावे व निघून जावे. पण उठण्याची शक्ती रसूलच्या ठायी नव्हती. तो तसाच मान खाली घालून बसला.

सुरंगीही भानावर येऊन, जमलेल्या लोकांशी हास्य-विनोद करीत बैठकीवर बसली. तंबोरा झंकारू लागला आणि आपल्या गोड आवाजात सुरंगी बागेश्री रागाचे आलाप गाऊ लागली. रसूल साथ करू लागला. सुरंगी गात होती– श्याम तोरे नयनवा जादू भरे...'

जेव्हा बैठक संपली व मंडळी निघून गेली, तेव्हा त्या हॉलमध्ये फक्त सुरंगी, रसूल आणि सारंगीया एवढेच राहिले होते. रसूल उठत, खालच्या मानेने म्हणाला, 'बाई जातो मी.'

'रसूल थांब ना!' सुरंगी म्हणाली.

रसूलने सुरंगीकडे पाहिले. तिच्या डोळ्यांत आर्जव होते. तिचे डोळे पाणावले होते. एके काळी का होईना, पण रसूलने तिच्यावर प्रेम केले होते. तिच्या डोळ्यांतील आर्जवाने त्याला पुढे पाऊल टाकायचा धीर झाला नाही. तथापी त्याचे मानी मन कसल्यातरी वेदनेने होरपळत होते.

'का?' माणसाकरवी धक्के मारून बाहेर घालवायचा विचार आहे की काय तुझा? मला आता त्याची सवय झालीय!'

'रसूल, तुला माझी शपथ आहे असं बोलशील तर. केलेल्या पापाची फळं मी भोगते आहे, त्यावर अशा डागण्या देऊ नकोस.'

तो प्रकार पाहून, ती काहीतरी निराळीच बाब आहे. हे सारंगीयाच्या लक्षात आले आणि त्याने पाय काढता घेतला. तो जाताच कसेबसे आवरलेले अश्रू सुरंगीच्या गालावरून ओघळू लागले. रसूलला राहवले नाही. त्याने सुरंगीला जवळ घेतले. बराच वेळ दोघेही अश्रू ढाळीत होते. रसूललाही श्रीरंगाचे काय झाले ते विचारण्याची गरज नव्हती. त्या दोघांचे परकेपण संपले होते.

दोन दिवसांनंतर रसूलला सुरंगी म्हणाली, 'रसूल, चल आपण उत्तर हिंदुस्थानात जाऊ. जोवर हा गळा आहे, तोवर आपले कोठेही पोट भरेल.'

मुंबईत त्यांना कोणतीच रोखून ठेवणारी अशी शक्ती शिल्लक राहिलेली नव्हती. पूर्वीच्या ओळखी उलट त्यांना तापदायकच वाटत होत्या. एक दिवस रसूल आणि सुरंगीने मुंबई सोडली.

रसूल त्यानंतर उत्तर हिंदुस्थानातल्या अनेक शहरी हिंडला. सुरंगीला जेव्हा मुलगी झाली, तेव्हा तिचे नाव ललिता ठेवले. ललिता म्हणजे रसूल व सुरंगीचा आनंदाचा ठेवा होता. पाचसहा वर्षांच्या फिरतीनंतर रसूलने व सुरंगीने दिल्ली शहर पसंत केले. ललिता जसजशी मोठी होऊ लागली, तसतसे ललिताने आपल्या आईचा रसिला आवाज उचलला आहे हे त्यांच्या ध्यानात येऊ लागले. रसूलला सुरंगी व ललितेखेरीज दुसरे काही सुचत नव्हते. ललिता गाऊ लागली की, रसूल तिच्या साथीला मोठ्या प्रेमाने बसत असे. सुरंगी तिला गायला शिकवत असे, आणि ललिता मोठ्या श्रमाने ते शिकत असे. सुरंगीच्या गाण्यांवर जो पैसा मिळत असे त्यावर त्यांचे समाधान असे. या समाधानात वर्षे उलटत होती. श्रीरंगाची आठवण रसूल विसरला होता अशातही गोष्ट नव्हती, उलट त्याला श्रीरंगाची वारंवार आठवण येत असे. त्याच्या कानी पडणाऱ्या वार्तेने त्याला दुःख होत असे. श्रीरंगाच्या कंपनीचे नावच फक्त राजवैभव राहिले आहे असे त्याला समजले होते. जो श्रीरंग कधी मोठ्या शहरांखेरीज कुठे नाटक कंपनी नेत नसे, तोच श्रीरंग खेड्यापाड्यांतून हिंडतो आहे हे त्याला कळले होते. पण तो घरी कधी श्रीरंगाची आठवण काढीत नसे. सुरंगीला ते नाव काढलेले खपत नाही, त्याने तिला दु;ख होते याची त्याला जाणीव होती. ललिता बैठकीतून आईबरोबरच गाऊ लागली होती. तारुण्यात तिने पदार्पण केले होते. रसूलवर वार्धक्याची सावली पडत होती. चालताना किंचित पोक काढून तो चालत असे. दीडदोन तास साथ केली की, त्याला थकवा येत असे.

एक दिवस त्याला समजले की, श्रीरंगाचा सत्कार दिल्लीत होणार आहे. श्रीरंग दिल्लीत येणार या बातमीने त्याच्या मनात निराळे काहूर उठले. त्याच्या डोळ्यांसमोर पूर्वीचे वैभव उभे राहिले. तो मखमलीचा पडदा, तो कनोजी धूप, तो दिव्यांचा झगमगाट आणि त्यात उभे राहून लोकांना आपल्या स्वर्गीय आवाजाने मोहित करणारा श्रीरंग, हे सारे त्याला आठवले. तबल्याचा अड्डा ठेका धरून कितीतरी वेळ एकटाच तो बसू लागला.

ज्या दिवशी श्रीरंगाचा दिल्लीत सत्कार झाला, त्या दिवशी रात्री त्याचे गाणे होते. श्रीरंगाला पाहून रसूलला अठरा वर्षे लोटली होती. त्याला पहायला तो आतुर झाला होता. संध्याकाळी ललितेला बाजूला घेऊन तो म्हणाला, 'बेटी, आज आपण गाणे ऐकायला जाणार आहोत. माझ्या मित्राचे गाणे आज आहे. देवानं दिलेला आवाज काय असतो हे आज तुला कळून येईल. पण एक अट आहे.'

'ती काय?' ललितेने विचारले.

'परत आल्यावर, तुझ्या आईला आपण कोठे गेलो होतो ते मात्र सांगायचे नाही. कबूल?'

'हो.' ती म्हणाली.

रात्री जेवण झाल्यावर रसूल सुरंगीला म्हणाला, ' ललितेला घेऊन जरा गाणे ऐकून येतो. हुसेनचे. बरेच दिवस झालेत त्याच्याकडे जाऊन.'

ललितेला घेऊन तो आपल्या चांदणीचौकातल्या घरातून बाहेर पडला. श्रीरंगाचे गाणे एका प्रशस्त दिवाणखान्यात ठेवलेले होते. स्त्रियांची बसण्याची जागा स्वतंत्र होती. तिथं ललितेला सोडून रसूल मागे बसला. त्या बैठकीला दिल्लीतील एकजात जाणकार माणसे हजर होती. थोड्याच वेळात श्रीरंग तेथे आला. तबला सारंगी जुळू लागली. सर्व वाद्ये जुळू लागल्यावर श्रीरंगाने आपला कोट काढला. गळ्याशी पीळ दिलेले जानवे मलमलीच्या सदऱ्यातून दिसत होते. श्रीरंगाने कपाळाच्या मध्यभागी सिंदूर-तिलक लाविलेला होता.

श्रीरंगाने सुरुवातच दरबारीने केली. ताना घेताना त्याला ठसका लागत होता. तरी त्याच्या आवाजातील गोडवा कायम होता. पण तिथे जमलेल्या संगीतातल्या दर्दी व्यक्तींना समाधान वाटत नव्हते. दरबारी संपल्यावर एका खांसाहेबांनी श्रीरंगाला 'मी राधा बाला' हे पद म्हणायचा आग्रह केला. दक्षिणेस असताना त्यांनी हे पद नाटकात ऐकले होते.

श्रीरंग थोडा घोटाळला. त्याला तबलजीचा विश्वास नव्हता. पण ती वेळ 'नाही' म्हणायची नव्हती. श्रीरंग गाऊ लागला. ज्याला रसूल भीत होता, तीच चूक तबलजीने केली. त्याने त्रिताल धरला. श्रीरंगाची ओढाताण होऊ लागली. तो चुटक्या बजावून ताल सांगू लागला आणि ज्या खांसाहेबांनी ती फरमाईश केली

होती, त्यांना आपल्या कृतीबद्दल पश्चात्ताप होऊ लागला. रसूलला ते दृश्य पाहणे शक्य नव्हते. तो तसाच उठला आणि श्रीरंगाच्या मागे गेला. तबलजीला त्याने खुणावले आणि श्रीरंग समेवर येताच त्याने तबला हाती घेतला. भरदार तिय्या मारून अद्धा ठेका धरला. श्रीरंगाने चमकून वळून पाहिले. तो म्हणाला, 'कोण? रसूल!'

सारंगी साथ करतच होती. क्षणात भानावर येऊन श्रीरंग गाऊ लागला. मैफल रंगू लागली. क्षणात सारी आळसावलेली वृत्ती नाहीशी होऊन त्या ठिकाणी एक नवीनच हवा भरली. श्रीरंग देहभान विसरून गात होता. रसूल अमाप मायेनं त्याला साथ देत होता. जेव्हा गाणे संपले, तेव्हा साऱ्यांनी टाळ्यांचा कडकडाट केला. श्रीरंगाला भर बैठकीत मिठी मारून ते खांसाहेब म्हणाले, 'वा भाई वा! बहुत अच्छी! जोवर हे देवाचं देणं गळ्यात आहे, तोवर तुला काही कमी पडायचं नाही.'

जेव्हा मैफल संपली, तेव्हा हळूहळू सारे निरोप घेऊन गेले. ज्याने गाणे ठरविण्यात पुढाकार घेतला होता, त्याने गाडी ठेवल्याचे सांगितले व त्यानेही निरोप घेतला. त्या उठलेल्या मैफलीची प्रतीके म्हणून तेथे पडलेली पानाची तबके व पिकदाण्यांकडे खिन्नपणे पहात श्रीरंग म्हणाला,

'रसूल, अरे किती वर्षांनं भेटला आहेस? किती बदल झाला आहे तुझ्यात! अरे अजून राग आहे तुझा माझ्यावर? देवा, गरिबावर घुस्सा करू नकोस.'

'नाही नाना. तसं असतं तर, बसलो नसतो बैठकीला.'

'अरे, एकदा तरी चौकशी करायची माझी! एवढा राग का केलास?'

'नाना, मी तुमच्या दारी खूपदा आलो. पण माझी दाद तुमच्या कानांपर्यंत पोहोचली नाही. जाऊ दे नाना, त्याचा आता काय उपयोग?'

'नाही रसूल, आज मन मोकळं केलं नाही, तर पुन्हा कधीच ती संधी मिळायची नाही. मला ती गोष्ट अजूनही डाचते आहे. माझ्या आजवरच्या आयुष्यात रंगभूमीवर मी एकदाच खाली मान घातली, तीही तुझ्यामुळेच. भर थिएटरात माझी बेअब्रू करण्यासाठी तू जो उठून गेलास ते अजूनही मला खरे वाटत नाही. त्यानं माझ्या मनाला किती वेदना झाल्या आहेत त्याची कल्पना तुला येणार नाही.'

'नाना, माझ्या त्या वेळच्या वेदनांची कल्पना तुम्हाला असती, तर आज तुम्ही असं बोलला नसता. त्या वेळी तुम्ही मला बोलूच दिले नाही. त्या दिवशी माझ्या हाताची बोटे चिंबली होती.'

'कशाने?'

'सुरंगीच्या माडीवरून तुमच्या माणसांनी मला धक्के मारून बाहेर काढलं होतं. त्या वेळी दारात माझी बोटे सापडली होती. कोणत्या तोंडाने तुम्हाला मी सांगणार होतो, की तुमच्या नादी लागलेल्या सुरंगीनं मला ढकलून दिलं आणि माझी बोटे

चेंगरली! नाना, तशातही मी साथीला बसलो, होईल तितकं वाजविलं. पण दुसऱ्या बाजूवरील हात चालेना. नाइलाज झाला माझा. त्या दिवशीच्या बायेचा मुखडा न्याहाळला असता तर तो तुम्हाला रक्ताने रंगलेला दिसला असता.'

'देवा! देवा! तुझ्यासारख्या किती जणांचे शाप मला बाधले कुणास ठाऊक! रसूल, मला क्षमा कर.'

क्षणभर स्तब्धता पसरली. त्याच वेळी कोणीतरी खाकरले. रसूलने पाहिले, तो दाराशी ललिता उभी होती. रसूलला तिचे भानच राहिले नव्हते. तो म्हणाला, 'हां बेटी, आलोच. नाना, येतो मी.'

'रसूल, इथल्या मंडळींनी आग्रह केल्याने उद्या नाटकाचा प्रयोग करणार आहे. साथीदार म्हणून नव्हे, मित्र म्हणून तू ये!'

'नाना, नका उगीच भीड घालू. आता काय राहिले आहे पाहाण्यासारखे? आपल्या दोघांपैकी एकावर जरी अल्लाने कृपा केली असती, तरी त्या येण्याला काही अर्थ होता. येतो नाना. चल पोरी.'

मनात थांब म्हणायची इच्छा असूनही श्रीरंग काही रसूलला थांबवू शकला नाही. रसूल आणि ललिता नजरेबाहेर जाईपर्यंत तो त्यांच्याकडे भरल्या डोळ्यांनी पाहत होता.

■

मधुमती

समुद्रकाठच्या त्या विस्तीर्ण किनाऱ्यावर त्या रात्री नवचैतन्य पसरले होते. सप्तमीचा चंद्र आपल्या असंख्य चांदण्यांसह आकाशात सहल करीत होता. त्या चांदण्याच्या धूसर प्रकाशात किनाऱ्यावरची वाळू चकाकत होती. समुद्राच्या संथ, धीरंगभीर गर्जना त्या किनाऱ्यावर पसरत होत्या. गार वारा वहात होता. त्या किनाऱ्यावरील ताडांच्या झाडांतून छोटे तंबू, डेरे, शामियाने अधून मधून उभारलेले होते. प्रत्येक तंबू, डेरा, शामियान्याजवळ एक एक गॅसबत्ती जळत होती. किनाऱ्यावर पसरलेल्या त्या चांदण्यात त्या गॅसबत्त्यांच्या प्रकाशांनी आपली वलये निर्माण केली होती. कैक रंगेल तरुण त्या किनाऱ्यावर भटकत होते. त्या तंबू-पाली-डेऱ्यांच्या शेजारून कोणी फिरकले असते, तर त्याला नृत्याचा झंकार, एखाद्या रागाची सुरावट, नाहीतर नाजूक गळ्यातून निघालेली हास्याची लकेर तरी, खास ऐकावयास मिळाली असती. मधुर बोल, मदिरा आणि मीनाक्षी यासाठी प्रसिद्ध असलेल्या गोमंतकातील मूर्तिमंत सौंदर्य त्या किनाऱ्यावर विसावले होते. उत्सवासाठी जमलेल्या अनेक कलावंतिणींचे ताफे उत्सवानंतर आयुष्याचे रंग उपभोगण्यासाठी त्या किनाऱ्यावर विसावले होते. चारपाच दिवसांनी, होईल ती प्राप्ती घेऊन परत ते आपापल्या बिऱ्हाडी त्या चारपाच रात्रींची आठवण जतन करीत जाणार होते.

मीनादेखील आपल्या तंबूत विचार करीत पडली होती. दुरून कोणत्यातरी पालातून येणारे अस्पष्ट आवाज व सूर तिला अधिकच बेचैन करीत होते. ना तिला गाता येत होते, ना नाचता! तरीही ती अपेक्षेने बसली होती. तिची म्हातारी आई त्या तंबूमागे मारलेल्या पालीत केव्हाच जाऊन पडली होती. त्या तंबूत घातलेल्या लोड-तक्क्यांच्या बैठकीवरची सुरंगीची फुले अद्याप तशीच पडली होती. कोपऱ्यातील मदिरेची सुरई आपल्या दोन पेल्यांच्या साथीवर तबकात तशीच तिष्ठत राहिली होती.

मीनाला आपण भरपूर मद्य घेऊन झोपी जावे असे सारखे वाटत होते. झोप तिच्या डोळ्यांत आली होती. त्याच वेळी तिला कोणाच्या तरी पायांची चाहूल लागली. तिने वर पाहिले, तो तेथे एक व्यक्ती उभी होती. ती व्यक्ती मीनाच्या चेहऱ्याकडे टक लावून पाहात होती. मीनाने विचारले, 'कोण पाहिजे आपणाला?'

'अं!' तो भानावर येत म्हणाला, 'मोकळ्या आहात तुम्ही?'

'हो! या ना!' ती कशीबशी म्हणाली, मीनाला त्या व्यक्तीला पाहून कसेसेच वाटले. त्या व्यक्तीचे सारे कुरळे केस पिकले होते. ते कसे तरी मागे वळलेले होते. घारे डोळे, सरळ नाक, गव्हाळी रंग आणि किंचित आत गेलेली हनुवटी पाहून तिला हा मनुष्य तरुणपणी किती सुंदर दिसत असेल याची कल्पना आली. पण आता त्याच्या चेहऱ्यावर सुरकुत्या पडल्या होत्या. त्याच्या अंगात काळी शेरवानी होती. गळ्याला मफलर गुंडाळलेली होती. तलम धोतर तो नेसला होता आणि पायात पांढऱ्या मोजड्या दिसत होत्या. हातात हस्तिदंती, चांदीच्या गोल मुठीची पातळ काठी होती. तो वाकून आत आला आणि त्या बैठकीवर काठी ठेवीत तो बसला. एक दीर्घ सुस्कारा त्याच्या तोंडून बाहेर पडला. तो निःश्वास ऐकून मीनाला वाटले की, म्हातारबुवांचा रंगेलपणा अजून संपलेला नाही. नाहीतर ते या फंदात पडले नसते. त्याने विचारले, 'रात्रीला काय घेणार?'

'शंभर द्या.'

'गाता येते?'

'नाही.'

'नाचता?'

'नाही.' शरमेने मीना बोलली.

'तरीही शंभर मागितलेस?' मीना काही बोलणार, तोच शेरवानीची बटणे काढीत म्हणाला, 'काही हरकत नाही. हे घे तुझे शंभर. आजची रात्र राहीन मी. शेरवानी काढताच मीनाने ती दोरीला अडकविलेल्या हँगरला लावली व विचारले, 'जेवण सांगू ना?'

'नको?'

'मग काय घेणार आपण?'

'ती सुरई भरलेलीच आहे ना? तीच आण इकडे.'

मीनाने सुरई पुढे ठेवली. त्यातील थोडी दारू त्याने त्या छोट्या पेल्यात ओतली व तो तोंडाला लावला. मीनाने सोडा मागवू काय म्हणून विचारले. त्याने नको म्हणून सांगितले. त्याने तिला तंबूचा एक पडदा वर उचलून टाकावयास सांगितले. तिने तसे करताच, त्याने लोड त्या बैठकीवर आडवा टाकला. आणि त्यावर आपले हात हनुवटीखाली घेऊन, बैठकीवर पालथे पडून तो समोरच्या धूसर

समुद्राकडे पाहू लागला. मीनाला काय करावे हेच सुचेना. ती अस्वस्थ होऊन तिथेच कोपऱ्यात उभी राहून, ह्या चमत्कारिक माणसाकडे पहात होती. बराच वेळ असा गेला. मीनाला समोरच्या येणाऱ्या गारव्याने थंडी वाजत होती. शेवटी तिने धीर केला आणि विचारले, 'पडदा सोडू ना? फार रात्र झाली, झोपू या आता.'

त्याबरोबर त्याने दचकून मीनाकडे पाहिले. जणू तो तिचे अस्तित्व विसरलाच होता.

किंचित शरमेने तो म्हणाला, 'नको, पडदा तसाच राहू दे. मला अद्याप झोप आली नाही. तुला थंडी वाजत असेल तर झोप तू. सकाळी मी पहिल्या गाडीने जाईन. कदाचित तू तोवर उठली नाहीस तर, जेव्हा जागी होशील तेव्हा, मी नसलेला पाहून गोंधळून जाशील म्हणून सांगितले. झोप आता!' मीना झटकन उठली. आणि गादीच्या कोपऱ्याखाली सारलेल्या नोटा तिने काढल्या व त्या पुढे करीत ती म्हणाली, 'हे घ्या आणि जा इथून! असली वागणूक घ्यायची सवय नाही मला!'

'म्हणजे?'

'तुम्ही येथे आला तेव्हा मला वाटले होते की, तुम्ही माझ्या सहवासाची अपेक्षा करून आला असाल. तुम्हाला रहायला जागाच हवी होती, तर कैक जागा मिळाल्या असत्या तुम्हाला. नुसते राहण्यासाठी कोणी रात्रीला शंभर रूपये घेत नाही, हे मला माहीत आहे. जा तुम्ही आता येथून.'

'नको, अशा वेळी मला घालवू नकोस.' त्याच्या डोळ्यांत मूर्तिमंत कारुण्य उभे होते.

'मग का आलात इथे?'

'तिला भेटायला...'

'कोणाला?'

'राणीला!'

'कोण राणी?'

'बस्स कर मुली! फार छळू नकोस मला. हवं तर ती रजई टाक माझ्या अंगावर आणि तूही झोप माझ्या शेजारी.'

मीनाने त्याच्या अंगावर रजई टाकली आणि हळूच तीही रजईत शिरली. त्याचबरोबर त्या गृहस्थाने तिच्याकडे पाहिले. त्याच्या चेहऱ्यावर स्मित होते. तो तिला म्हणाला, 'नाव काय तुझे?'

'फार लवकर आठवण झाली नावाची!–मीना.'

'वय काय तुझे?'

'अठरा!' किंचित कपाळावर आठ्या घालून तिने उत्तर दिले.

त्याबरोबर तो किंचित कलता झाला आणि दोन्ही हातांत तिचे तोंड धरून तो तिला न्याहाळू लागला. ती किंचित पुढे सरकणार तोच तो तिला म्हणाला, 'मीना, तुला खरं वाटेल सांगितलं तर? तुझ्याएवढी मला एक मुलगी आहे.' आणि असे म्हणून तो तिच्या मस्तकावरून हात फिरवू लागला. मीनाला ते चमत्कारिक वाटत होते. त्या स्पर्शात कसलीतरी आपुलकी, माया दडलेली होती, की जी तिने आजवर कधीच अनुभवली नव्हती. त्या स्पर्शात थोडासाही उन्माद नव्हता. तिने त्याला भीत भीतच विचारले, 'राणी तुम्हाला भेटली नाही?'

'भेटेल बरं! जरूर भेटेल, पण इतक्या लवकर नाही.'

'कोण ही राणी?'

'ऐकून काय करशील?'

'मला झोप नाही येत.' हट्टी पोरासारखी ती बोलून गेली.

'गोष्ट सांगू?' किंचित हसून तो म्हणाला.

'हं!'

'कसली सांगू?'

'राणीची.' ती बोलून गेली.

क्षणभर विचारात गढून गेला आणि शेवटी तो म्हणाला, 'हं, सांगतो. ऐक.' त्याने परत थोडे मद्य घेतले आणि तो सांगू लागला–

'फार फार वर्षापूर्वीची ही कथा आहे. मुंबईला त्या वेळी एक फार मोठा श्रीमंत व्यापारी राहात होता. गडगंज संपत्ती त्याच्या पायाशी लोळत होती. तो नुसता पैशानेच श्रीमंत नव्हता, मनानेही तो मोठा श्रीमंत होता. अनेक संस्था त्याच्या दानावर चालत होत्या. घरचे सुखही त्याच्या नशिबाने त्याला दिले होते. त्याला एक मुलगा होता. त्याचे नाव होते दयानंद. देवदयेने तो मुलगा मोठा तल्लख निघाला. वयाच्या अठराव्या वर्षीच शिक्षण सोडून देऊन, तो वडिलांच्या पेढीवर बसून निर्वेध व्यवहार करू लागला. शेअरमार्केटमध्ये तो घुसला, की कैकजण त्याच्या मागे उभे राहून तो खेळेल त्यावर आपला पैसा निर्वेधपणे लावत असत. अंगच्या कर्तबगारीने लवकरच बाजारपेठेत त्याला पत प्राप्त झाली. दयानंदाच्या पित्याला ह्यापेक्षा भाग्याची गोष्ट कोणती वाटणार? सारे कौतुकाने ह्या तरुण मुलाकडे पाहात राहत. शीलाने आणि गुणाने संपन्न असलेल्या ह्या मुलाच्या हाती पित्याने जवळजवळ सर्व सोपवून दिले होते.

दयानंद जितका वयाने लहान होता, तितकाच महत्वकांक्षेने थोर होता. त्याच व्यापाराची प्राप्ती घेऊन तो व्यापार वाढवत बसण्याची त्याची प्रवृत्ती नव्हती. गोव्याकडच्या मँगनीज खाणीने त्याचे लक्ष वेधले होते. त्याबद्दल त्याने चौकशी सुरू केली आणि एकदा स्वत:च जाऊन पहावे म्हणून तो गोव्याला गेला. गोव्याला

जाताना त्याच्या आईने तिथल्या देवाचा उत्सव असल्याचे सांगितले होते. तसेच जर सवड झाली तर, देवाला अभिषेक करून येण्याबद्दल कळवळून सांगितले होते. त्याने आईला येण्याबद्दल आग्रह केला होता; पण गेले कैक दिवस अंथरुणाला ती खिळल्यामुळे तिला ते मान्य करता येणे शक्य नव्हते.

गोव्यात चार दिवसांतच त्याचे सर्व काम मनासारखे झाले. दयानंदाने सुरू असलेला धंदाच खरिदला. झालेल्या व्यवहारावर तो अगदी खुष झाला होता. त्याच वेळी त्याला आईने सांगितलेल्या गोष्टीची आठवण झाली. त्याने उत्सवाबद्दल चौकशी केली. उत्सवाचे शेवटचे दोनच दिवस राहिले होते. दयानंदाने आपला मुनीम पुढे पाठवला.

जेव्हा तो देवस्थानाला पोहोचला, तेव्हा त्याच्या मुनिमाने सर्व व्यवस्था केल्याचे त्याच्या निदर्शनास आले. बाजूच्या भव्य धर्मशाळेच्या दोन खोल्या त्याने राखून ठेवल्या होत्या. मुख्य भटजींना बोलावून आणून दयानंदाने अभिषेक, महापूजा व महानैवेद्य करण्याचा बेत समजावून दिला. पुजारीही त्या बेतावर खुष होऊन गेला. मुनिमाला काय लागेल ते पाहावयास सांगून त्या दिवशी रात्री दयानंद झोपी गेला.

पहाटेला तो जेव्हा जागा झाला, तेव्हा त्याच्या कानावर अत्यंत मधुर आवाजात गाइलेले तोडी रागाचे स्वर पडत होते. अधून मधून घाटेचा आवाज कानी पडत होता. दयानंदाने उठून, आपल्या धोतराचा सोगा खांद्यावर टाकला आणि तो देवळाकडे चालू लागला. गाभाऱ्यातले ते दृश्य पाहून तो मोहित झाला. अद्याप झुंबरे तेवत होती. समयांचा मंद प्रकाश पसरला होता. आणि त्याच वेळी देवासमोरच्या संगमरवरी चौकात एक स्त्री पाठमोरी बसून नुसत्या तंबोऱ्याच्या साथीवर मीराबाईचा अभंग गात होती. तिच्या अंगात चोळी नव्हती. पाठीवर घेतलेल्या तलम वस्त्रातून तिची पाठ दिसत होती. पाठीवरचे वस्त्र किंचित भिजलेले होते, त्यावरून ती नुकतीच स्नान आटोपून गायला बसलेली आहे, हे दयानंदाने ओळखले. तिच्या गळ्यातून बाहेर पडणाऱ्या त्या स्वरांनी दयानंद मंत्रमुग्ध होऊन गेला होता. ती स्त्री आजूबाजूचे जग विसरून तन्मयतेने गात होती–

'घायलकी गत घायल जाने...'

तिथल्याच एका खांबाला टेकून दयानंद ते गाणे ऐकत होता. बराच वेळ गेला आणि शेवटी 'प्रभु मैं तो प्रेम-दिवानी' ह्या ओळीवर येऊन तिने आपला अभंग थांबविला. आपल्या पाठीमागे कोणीतरी व्यक्ती आपल्याकडे पाहात आहे ह्याचे तिला भान नव्हते. तंबोरा कोपऱ्यात ठेवून ती वळली, तोच दयानंदाच्या दृष्टीला तिची दृष्टी भिडली. गाण्याइतकी रूपानेही ती सुंदर आहे, हे दयानंदाच्या ध्यानी आले. परपुरुष आपल्याकडे टक लावून पाहातो आहे हे ध्यानी येताच ती भांबावली. अंगावरच्या

अपुऱ्या वस्त्राने तिचा संकोच अधिकच वाढला होता. गडबडीने पदर सावरीत ती तेथून बाहेर पडली. तिच्या त्या लावण्याने मोहित होऊन दयानंद तिच्या अस्पष्ट होणाऱ्या आकृतीकडे पाहतच राहिला.

त्यानंतर दयानंदाला त्या स्त्रीचे बरेच ठिकाणी दर्शन झाले. तो जेव्हा कुंडात स्नान करीत होता त्याच वेळी दुसऱ्या बाजूला ती कपडे धूत होती; जेव्हा तो पूजेला बसला होता, तेव्हा ती मंदिराच्या कोपऱ्यात आपल्या परिवारासह हास्यविनोद करीत उभी होती; किंबहुना, त्यानंतर वारंवार त्याचे डोळे त्या युवतीमागे धावत होते. प्रसादाचे वेळी पुजारीने तिच्या हाती प्रसाद ठेवत असता, तिने त्याच्या डोळ्यांतील अस्थिरता ओळखली की काय कोण जाणे, परंतु नजर चुकवून, मान खाली घालून ती तेथून गेली. त्या वागण्याने दयानंद अधिकच बेचैन झाला.

वारंवार दयानंदाची त्या स्त्रीकडे वळणारी नजर व त्या नजरेचा चलबिचलपणा पाहून एक दिवस देवळातला पुजारीच मिस्किल हास्य करीत दयानंदाला म्हणाला, 'शेठ, आमच्या गोव्याची ती साक्षात् शोभा आहे. मधुमतीचे गाणे ऐकायला अख्खे गोवेकर जमतात येथे. पहालच तुम्ही उद्या. जर तुम्हाला अधिकच हौस असली तर, उत्सव संपला की, तिच्या समुद्रकाठच्या डेऱ्यात तुम्ही जा. भरपूर पैसा असणाऱ्याला भरपूर गाणे ऐकवेल ती, पण नुसतं गाणंच हं!' आणि इतके बोलून तो पुजारी आपले तोंडाचे बोळके दाखवीत हसला.

शेवटच्या दिवशी खरोखरच सारे देवालयाचे आवार माणसांनी फुलून गेले. नैवेद्य आटोपला आणि मधुमती गायला बसली. सुरुवातीला दरबारी कानडा गायला तिने सुरुवात केली. मीराबाईचा तो सुविख्यात चरण ती गात होती–

'तुम बिन मेरी कौन खबर ले, गोवरधन गिरधारी.'

सारी सभा मंत्रमुग्ध होऊन नागासारखी डुलत होती. आणि बेभान होऊन आपल्या रसिल्या आवाजात मधुमती गात होती. तिच्या गळ्यातून बाहेर पडणाऱ्या त्या शुद्ध स्वरांनी साऱ्यांची अंत:करणे हेलावून गेली होती. जवळजवळ पाऊण तास ती गाइली आणि तिने शेवटी तंबोरा खाली ठेवला. घाम टिपला आणि बैठकीवरून ती उठली.

तिच्या नंतर दुसऱ्या कोणीतरी गायिकेने बैठकीची जागा घेतली. किंचित थकल्यामुळे मधुमती देवळाबाहेर गेली. त्या गार हवेने तिला बरे वाटले. देवळाबाहेर उजळलेल्या स्तंभाकडे पाहत ती खांबाला टेकून उभी होती. त्याचवेळी तिला कोणाची तरी चाहूल लागली. तिने वळून पाहिले, तो दयानंद तिच्यासमोर उभा होता. काहीतरी बोलावयाचे म्हणून तो म्हणाला, 'फार सुंदर गाइलात!'

'माझं आज गाण्यावर चित्तच नव्हतं.' तुटकपणे मधुमती बोलली.

तिच्या त्या तुटक उत्तराने दयानंद गोंधळला. त्याची ती फजिती पाहून मधुमती

मनात खुष झाली. तिने त्यातच भर म्हणून विचारले, 'बैठकीतून का उठून आलात? आत चाललेलं गाणंसुद्धा सुंदर आहे.'

आपण पुरे सापडल्याची जाणीव दयानंदाला झाली. त्याने स्वत:स सावरले आणि तिच्या नजरेला नजर भिडवीत तो म्हणाला, 'आणखी आपले गाणे ऐकण्याची इच्छा आहे माझी!'

'खरं?' मिस्किलपणे हसत मधुमती म्हणाली.

'हो!'

'माझी बिदागी मोठी आहे.' मधुमती म्हणाली.

'जरूर मिळेल! मग केव्हा ऐकवणार?'

'उद्या रात्री! वाळवंटावर माझा डेरा आहे. साऱ्यांना माहीत आहे, माझं ठिकाण. आपली वाट पाहीन उद्या.'

दुसरे दिवशी जेव्हा तो उठला, तेव्हा मुनिमाने त्याने केलेल्या खाणीबाबतच्या वाटाघाटीत काहीतरी शंका उत्पन्न झाल्याचे सांगितले. आणि त्याबरोबर दयानंद आपल्या मोटारीने पणजीला गेला. त्याचा सारा दिवस त्या व्यवहाराच्या बाबी दूर करण्यात गेला. रात्री मोठ्या आग्रहाने त्याच्या भागीदारांनी त्याला जेवावयास ठेवून घेतले. मद्यपान, जेवण हे सारे आटोपून तो मोकळा झाला, तेव्हा बारा वाजले होते. त्याला मधुमतीची आठवण झाली. क्षणात साऱ्यांचा निरोप घेऊन तो मोटारीत बसला आणि त्याने मोटार भरधाव सोडली.

आजचे हे वाळवंट पाहिले की, त्या वेळच्या वैभवाची आठवण येते. आज ह्या वाळवंटावर पडलेले हे पाली, तंबू, शामियाने पाहिले की, डोंबाऱ्यांची वस्ती पडल्याचा भास होतो. त्या वेळचे वैभव काही निराळेच होते. जेव्हा मी ह्या... नाही, नाही, दयानंद ह्या...'

त्याबरोबर कथा ऐकत असलेली मीना खुदकन हसली आणि म्हणाली,

'आता नका मला बनवू, मी ओळखले आहे दयानंद कोण ते!'

तिचे केस कुस्करत तो म्हणाला, 'मोठी खट्याळ पोरगी आहेस तू! बरं तर ऐक.'

'जेव्हा मी ह्या किनाऱ्यावर पोहोचलो, तेव्हा पाहिलेले ह्या किनाऱ्याचे वैभव अजूनही डोळ्यांसमोरून जात नाही. ह्या वाळवंटावर तुरळक पसरलेल्या ताडामाडांच्या सावलीतून, कैक डेरे, तंबू, शामियाने विखुरलेले होते. चांदण्याच्या धूसर प्रकाशात समोरचा सागर आपल्या रुपेरी लाटा, गर्जना करीत किनाऱ्यावर फेकीत होता. आणि किनाऱ्याच्या प्रत्येक गॅसबत्तीच्या प्रकाशाची वलये त्या वाळवंटावर मोठी विलोभनीय वाटत होती; कैक प्रेमी आपल्या साथीदारासह वाळवंटावरून भटकत होते, हसत होते, खिदळत होते. गाडी वाळवंटातच सोडून मी त्यातला मधुमतीचा डेरा कोणता

यावर विचार करू लागलो. त्याच वेळी जवळून जाणाऱ्या एका गृहस्थाला मी पत्ता विचारला. त्याने दूरची एक गॅसबत्तीची निशाणी दाखविली. वाळूत पावले रुतत होती. अडखळत मी त्या दिशेने पावले टाकायला सुरुवात केली. दुरूनच मी तो डेरा पाहिला, तेव्हा त्या डेऱ्याच्या प्रवेशद्वारातून पाचसहा इसम बाहेर पडत होते.

मी जेव्हा मधुमतीच्या डेऱ्यानजिक गेलो, तेव्हा त्या डेऱ्याचे पडदे सोडत असलेल्या पोराकडे माझे लक्ष गेले. एक अशुभ कल्पना माझ्या मनात आली आणि मी माझी पावले जोराने उचलली. डेऱ्याचा पडदा एकदम उचलून मी आत प्रवेश केला.

जांभई देत मधुमती बैठकीवरून उठत होती, तबलजी आपल्या तबल्यांना गाद्या लावत होता. सारंगीया गवसणीत सारंगी घालून त्या गवसणीचे तोंड आवळीत होता. बैठकीच्या कडेने मांडलेल्या लोडांच्या जवळ पानाची मोकळी तबके पडलेली होती. अधून मधून पडलेले मोकळे प्याले तिथे दिसत होते.

माझ्याकडे पाहून किंचित मिस्किलपणे हसत ती म्हणाली, 'फार उशीर केलात! आत्ताहेच माझं गाणं संपलं.'

'मग?' मी विचारले.

'उद्या संध्याकाळी या ना! उभे का? बसा ना.'

मी तिथे बैठकीवर बसलो, मोठी निराशा वाटत होती. ते तबलजी व सारंगीया मधुमतीला सलाम करून गेले. डेऱ्यात फक्त मी व मधुमतीच उरलो होतो. मी स्वतःवरच रागावलो होतो. तिचा निरोप घेण्याच्या उद्देशाने मी म्हणालो, 'आता जातो मी! उद्या येईन जमले तर!'

माझ्या चेहऱ्यावरची ती निराशा पाहून तिला काय वाटले कोणास ठाऊक. ती म्हणाली, 'थांबा, मी तुम्हाला एक ठुमरी ऐकवते. पण माझे साथीदार नाहीत हं, मला साथ द्यायला. नुसत्या तंबोऱ्यावरच गाणार आहे मी, चालेल?'

तिच्या त्या बोलण्याने माझा संताप कुठच्या कुठे गेला. ती गाऊन थकली होती हे मला माहीत होते. तरीही ती माझ्यासाठी गायला तयार झाली होती. मी म्हणालो, 'आपले उपकार आहेत!'

'छे! उपकार कसले? बिदागी देणार आहात ना?' आणि एवढे बोलून ती हसली. मला राग येत असे तो, तिच्या ह्या खट्याळपणाचाच. तिने तंबोरा उचलला आणि गायला सुरुवात केली–

'चमके दमके चली पुजारन रुमझुम की झनकार ऽऽ'

ती नखरेल ठुमरी ऐकून तर माझ्या भावना जास्तच बेचैन झाल्या. ठुमरी संपली. मी भारावलेल्या नजरेने तिच्याकडे पहात होतो. तिच्या शब्दांनी मी भानावर आलो.

'ठुमरी संपली.'

'हो! फार सुंदर गाता तुम्ही!'

'खरं?'

'हो!'

'मग बिदागी देता ना?'

तिच्या त्या बोलण्याचा मला संताप आला. तिची खट्याळ नजर माझ्यावर खिळली होती. खिशात हात घालून शंभराच्या दोन नोटा तिच्या हातावर ठेवल्या. मला राहवले नाही. मी म्हणालो, 'तुमचं नाव ज्यांनी ठेवलं त्यांनी फार मोठी चूक केली.'

'का?'

'तुम्हाला असामान्य रूप आहे. गळा आहे. मधुमतीचा अर्थ माहीत आहे?'

'नाही!'

'मधूला दोन अर्थ आहेत-गोड आणि शराब, आणि मधुमती म्हणजे शराब घेतलेली किंवा गोडवा असलेली. पण तुम्ही शराब घेतलेल्या म्हणावे, तर चांगल्याच जागरूकपणाने बोलता आहात. दुसऱ्या अर्थानं गोडवा असलेल्या म्हणावे, तर त्याचा वासही आपल्या बोलण्याला शिवलेला दिसत नाही!'

'झालं तुमचं बोलून?'

'हो! जातो मी. गाण्याबद्दल धन्यवाद.' असं बोलून तिच्याकडे न पाहताच डेऱ्यातून मी बाहेर पडलो.

एवढ्या रात्री कोठे जाण्याची सोय नव्हती. मोटारीजवळ आलो तेव्हा, आता काय करावे, हा विचार माझ्यापुढे उभा होता. शेवटी मोटारीतच रात्र काढायची ठरवली. आणि पाठीमागच्या सीटवर अंग दुमडून पडलो. मुनीम बरोबर असता तर, त्याने नक्की माझी सोय कोठेतरी केली असती. मुनीमजीला सोडून एकटाच आल्याचा पश्चात्ताप मला त्या वेळी झाला. अंग अवघडून झोपावे लागल्यामुळे झोप काही येत नव्हती. डोळ्यांवर मात्र निद्रा पुरेपूर होती. अवघडलेले अंग, झोपेची गुंगी ह्यांनी अवस्थ होऊन, झोप लागण्याची वाट पाहत होतो; त्याच वेळी मोटारीचे दार उघडले गेले.

मी धडपडत उठलो आणि पाहिले तो मधुमती हातात कंदील घेऊन उभी होती. ती म्हणाली, 'हां, उतरा खाली! चला माझ्याबरोबर. तरी मला वाटलेच होते की, असाच काहीतरी प्रकार असणार. रात्री झोपावयाची कोठेच सोय नव्हती, तर मला का सांगितले नाही? दोनशे रूपये घेऊन एकच ठुमरी गायला मी काही तेवढी मोठी नाही. चला आता, अजून माझ्या पोटात अन्नाचा कणही गेलेला नाही.'

तिच्या त्या बोलण्याने मी सर्द होऊन तिच्याकडे पाहतच होतो. नकळत माझे पाऊल मोटारीबाहेर पडले. मी पाठीमागून येत आहे किंवा नाही इकडे जराही न पहाता ती चालू लागली. मी पाठोपाठ जात होतो.

मी जेवून आलो आहे हे सांगूनही तिला ते पटले नाही. तिने मला आपल्याबरोबर चार घास खायला लावलेच. जेवण झाल्यावर बाहेरच्या बैठकीच्या जागेत जेव्हा मी आलो, तेव्हा तिथे बिछायत सारखी करून माझी झोपण्याची व्यवस्था केल्याचे दिसून आले. पानाचा विडा देऊन पाण्याचा तांब्या ठेवून ती निघून गेली. तिच्या त्या चमत्कारिक स्वभावावर विचार करीत मी केव्हा झोपी गेलो ते माझे मलाच कळले नाही.

सकाळी जेव्हा जागा झालो तेव्हा, सूर्य उगवला होता. जांभई देत मी अंथरुणावर उठून बसलो, तोवर मधुमती आत आली. मी तिच्याकडे पाहिले, तिचे स्नान झाले होते. त्या साध्या वेषात देखील ती मला मोठी मोहक वाटली. तिने मला विचारले, 'झाली का झोप?'

'हो ना, आत्ताच उठलो!'

'तुम्ही चूळ भरून घ्या, तोवर मी चहा आणते,' असे म्हणत ती आत गेली. चहा घेत असता आम्ही खूप बोललो. बराच मोकळेपणा आमच्या बोलण्यात आला होता. तिने जेव्हा माझ्या मुक्कामाची चौकशी केली, तेव्हा नकळत मी मुक्कामाची मुदत वाढवून सांगितली. वास्तविक पाहता माझी सर्व कामे झाली होती. मी तसे का सांगितले ह्यावर विचार करीत संध्याकाळी गाण्याला यायचे वचन देऊन परतलो.

संध्याकाळी जेव्हा मी तिच्या डेऱ्यात शिरलो, तेव्हा तिथे माझ्या व्यतिरिक्त दुसरे कोणीच नव्हते. तिने मला बैठकीवर नेऊन बसविले. मला वाटले, अजून गाणे ऐकावयास लोक येणार असतील. थोड्याच वेळात तबलजी, सारंगीया आत आले, वाद्ये लावायला सुरुवात झाली, वाद्ये लावून होताच मधुमतीने मला विचारले, 'गाऊ?'

'पण इतर मंडळी कोठे दिसत नाहीत?'

'काल तुम्हाला गाणे ऐकायला मिळाले नव्हते ना? आज फक्त तुमच्याच करता गाणार आहे मी!'

जवळजवळ दोन तास ती गाइली. सुरुवातीला जोगी गाइली व नंतर मुलतानी. दोन्ही रागांची खुलावट तिने फारच सुंदर केली होती. गाण्यात सारे चित्त ओतून तिने गाणे रंगवले होते. त्या गाण्यांचा कैक काही वेगळाच होता. तिचे गाणे संपले तेव्हा तबलजी न राहून म्हणाला, 'बाईजी, आज तो आपने कमाल कर दी.' मधुमतीची आई मात्र माझ्याकडे किंचित रागाने पहात होती. मी तबकात चार हिरव्या नोटा टाकलेल्या पहाताच मात्र तिचा चेहरा खुलला. मी मधुमतीची रजा घेणार होतो, तोच ती म्हणाली, 'का, पुन्हा मोटारीत झोप काढणार की काय? पुरे झाले आता. आज येथेच झोपा. पहा तर खरे मी किती सुंदर स्वयंपाक करते ती! एकदा माझ्या हातचे खाल्लेत तर पुन्हा पुन्हा याल!'

'त्यात काय नवल. तसे न करताही मला आत्ताच तसे वाटते आहे.'

'चला, काहीतरीच!' म्हणून ती आत पळाली.

त्यानंतर दुसरे दिवशी तिच्या आग्रहाने मी तिच्या घरी गेलो. दोन दिवसांत इतकी मैत्री झाली होती की, आम्हाला वाटत होते, आम्ही एकमेकांना कित्येक वर्षे ओळखत आहोत.

त्यानंतरच्या पाचसहा दिवसांत आम्ही मनमुराद मौज लुटली. सिनेमा, समुद्रसहली, गाण्याबजावण्यात कसे दिवस निघून गेले ते समजले देखील नाही. आणि त्यातच कोणत्या दिवशी व कसे हे जरी आठवले नाही, तरी आम्ही एकमेकांचे झालो. तिचा निरोप घेऊन मुंबईला परतताना आम्ही दोघेही कासावीस झालो होतो. पुन्हा लवकर परतण्याचे वचन देऊन मी मुंबईला गेलो.

मुंबईला गेल्यावर तिथले व्यवहार करीत असताना माझे मन त्यात रमत नव्हते. मधुमतीच्या सहवासात घालवलेले दिवस मला बेचैन करीत होते. वडिलांना जेव्हा गोव्यातल्या व्यवहाराची माहिती दिली, तेव्हा तेही खुष झाले. त्यानंतर वर्षातून माझ्या चारपाच खेपा गोव्याला कामानिमिताने होऊ लागल्या. मधुमतीच्या सहवासात माझे दिवस मोठ्या मजेत जात होते. मधुमतीला मी 'राणी' ह्या नावाने हाक मारीत असे. आणि तिला देखील ते नाव प्रिय वाटे. का कोणास ठाऊक, पण राणीने मी मुंबईला गेल्यावर पाठीमागे गाणे करून पैसे मिळवावेत हे मला आवडेनासे झाले. मी तिला महिना पाचशे रुपये देऊ लागलो. आणि तिनेही गाणे सोडून दिले.

अशी दोनतीन वर्षे लोटली. गोव्यातला धंदा देखील फायद्यात चालला होता. पण त्यापेक्षाही मुंबईचा व्यापार अगदी तेजीत होता, एकदा असाच उत्सवाला मी गोव्याला आलो होतो. उत्सव संपल्यानंतर एक दिवस राणीच्या घरी मला मुनिमाने तातडीचे पत्र आणून दिले. पत्र माझ्या वडिलांचे होते. त्यात त्यांनी माझे लग्न ठरवल्याचे कळविले होते, व तातडीने येण्यास लिहिले होते. पण राणीला ते सांगावयाचा धीर मला झाला नाही. राणीला व्यापाराचे कामासाठी जातो म्हणून सांगून मी मुंबईला निघून आलो. आई अगदी अंथरुणाला खिळली होती. तिच्याच इच्छेने शेठ लखमचंदांची मुलगी माधवी हिच्याशी वडिलांनी माझा विवाह ठरविला होता. त्या लग्नाने माझ्या व्यापाराला भरभराट येणार होती. आमचा विवाह म्हणजे लक्ष्मीने विष्णूला वरण्यासारखे होते. माधवी देखील रूपाने देखणी होती. माझे लग्न मोठ्या थाटाने मुंबईत पार पडले. माधवीला घेऊन काश्मिरला मी महिनाभर राहिलो. आणि नंतर मुंबईत परतलो. त्यानंतर जवळजवळ आठदहा महिने मुंबईच्या व्यापारातच मी गुंग झालो होतो.

गोव्याला जायचं शक्यतो मी टाळीत असे. पण शेवटी असे काम निघाले की, मला गोव्याला जाणेच भाग पडले. आणि दुर्दैवाने उत्सवही त्याच वेळी होता. माझी

गोव्यातील कामगिरी संपेपर्यंत उत्सव संपला होता. मी राणीच्या घरी गेलो तो ती समुद्रकाठावर आहे असे समजले. तिने पुन्हा गाणे सुरू केले होते. माझ्यातला पुरुष जागा झाला. मी तडक वाळवंटाकडे गेलो. मला समजलेली बातमी खोटी नव्हती. तिथे तिचा डेरा होता. झगझगाटात तो तिथे उभा होता. जसजसा मी डेऱ्याजवळ जाऊ लागलो, तसतसा त्या डेऱ्यातून मधुर स्वर अधिकच माझ्या कानावर येऊ लागला. तबला, सारंगी व आतल्या लोकांची वाहवा ऐकून माझे मस्तक बेभान झाले, आणि त्या संतापात मी आत घुसलो.

'जाओ ना मोरे राजा!' ही उत्तान शृंगाराने भरलेली गझल ती अदा करून गात होती. मद्याने बेभान झालेले, तिला वाहवा देत होते. मला पाहताच तिने आपले गाणे थांबविले व साऱ्यांना जाण्याबद्दल खूण केली. तो प्रकार काही निराळाच आहे हे जाणून सारे तिथून उठले. फक्त राणी व मीच उरलेला पाहताच मी कडाडलो, 'राणी, काय चालवलंस हे?'

'गाणं! तुम्हाला ऐकायचं आहे?'

संताप न आवरून मी खाडकन तिच्या थोबाडीत दिली. तिच्या डोळ्यांत सर्कन पाणी आले. ती म्हणाली, 'का मारलंत मला?'

'राणी, मला आवडत नाही हे!'

ती माझ्या पायाशी बसत म्हणाली, 'मग काय खायचं मी?'

'पाचशे रुपये कमी पडले तुला?'

'तुमच्या मुनीमजीला विचारलंत का, कधी त्यानं पैसे दिले ते? ते जाऊ दे. आता तुम्ही आला आहात, मला चिंता नाही. यापुढं नाही गाणार.'

ती माझे कपडे उतरत असता मुनिमाने का पैसे दिले नाहीत यावर मी विचार करीत होतो. मला पाहून राणीला आनंद झाला होता. तो तिच्या चेहऱ्यावर दिसत होता. कपडे काढून होताच तिने विचारले,

'इतके दिवस का आला नाहीत?'

'काम पुष्कळ होतं आणि माधवीनंही सोडलं नाही.'

'कोण माधवी!'

'माझी पत्नी! येथून गेलो तो वडिलांनी लग्न ठरविलेले. लग्न झाल्याबरोबर काश्मीरला गेलो. नंतर मुंबई...पण तुला रडायला काय झालं राणी?'

ती आपले डोळे पुसत म्हणाली, 'आणि मला लग्नाला नाही बोलावलंत?'

'राणी, ते कसं शक्य होतं?'

'मला यापुढं मधुमतीच म्हणा. राणी म्हणवून घ्यायचा हक्क आता मला नाही!'

'राणी, रागावलीस?

'त्यावर खोटे हाण्याचा प्रयत्न करीत ती म्हणाली, छे! नाही. माधवी दिसायला

कशी आहे?'

'पहायची आहे तुला?' असे म्हणत मी माझे पाकीट काढले व त्यात मी घातलेला माधवीचा फोटो दाखविला. क्षणभरच तिने तो पाहिला आणि गडबडीने उठून ती बाहेर गेली. त्यानंतर ती अगदीच चमत्कारिक तऱ्हेने वागली. तिचा खेळकर स्वभाव पालटला होता. जेवण झाल्यावर तिने तंबोरा हाती घेतला व गायला सुरुवात केली.

'चतुर अलबेली करले शृंगार साजनके जाना होगा.

तिच्या त्या वागण्यात चमत्कारिक आर्तता भरली होती, असे सारखे मला वाटत होते. ते गाणे ऐकताना मन बेचैन होत होते. कोठेतरी काहीतरी चुकले आहे, अशी हुरहुर मनाला सारखी वाटत होती. तिच्या त्या चमत्कारिक वागण्याचा मी विचार करीत होतो. तिची वाट पाहत पाहतच केव्हा माझा डोळा लागला ते देखील मला समजले नाही. मी सकाळी जागा झालो, तो नोकराच्या घाबऱ्या हाकेने. मधुमतीच्या नोकराने आपल्या मालकिणीचा पत्ता नसल्याचे सांगितले. आदले दिवसाची तिची चमत्कारिक वागणूक एकदम माझ्या डोळ्यांसमोर उभी राहिली. मी धावत बाहेर पडलो. ताडा-माडाच्या झाडांतून मी तिला धुंडत किनाऱ्यावरून जात होतो. अचानक माझे लक्ष किनाऱ्यावर गोळा झालेल्या कोळ्यांच्याकडे गेले. ते काहीतरी पाहत होते. माझ्या मनात भलत्याच शंका आल्या. मी धावत तेथे गेलो. कोळ्यांना बाजूला सारीत आत घुसता घुसता माझे लक्ष त्या मोकळ्या जागेत पडलेल्या कलेवराकडे गेले. माझी राणीच होती ती. सागराने भरतीच्या अलगद हातांनी तिला किनाऱ्यावर ठेवून ओहोटीच्या पावलांनी माघार घ्यायला सुरुवात केली होती. मुली, संपली कथा...' असे म्हणत त्या गृहस्थाने आपले डोळे टिपले.

पण न राहवून तो सांगू लागला, 'त्या प्रसंगानंतर कैक वर्षे मी ह्या भूमीला शिवलो नाही, पण अलीकडे अलीकडे हा छातीचा विकार जडल्यापासून दर उत्सवाला इथे यावेसे वाटते. असंच कुठेतरी एक रात्र समोरच्या सागराकडे पाहत घालवतो. कैक वेळेला वाटते की, त्या सागरातून राणी येईल आणि म्हणेल, 'तरी मला वाटलंच होतं! जर दुसरीकडे राहावयाची सोय नव्हती, तर मला का नाही बोलावलंत? किती छळाल मला! चला, उठा आता!'–

पण मुली ती हाक आता फार लांब नाही. पुढच्या उत्सव येईपर्यंत ही माझी कमजोर छाती दम धरेलसे वाटत नाही.'

इतके बोलून त्याने मीनाकडे पाहिले. तिच्या डोळ्यांतून अश्रू वाहत होते. ते पाहून तो तिला छातीला कवटाळीत म्हणाला, 'पोरी तुझ्या डोळ्यांत पाणी?'

थरथरणाऱ्या बोटांनी तिचे अश्रू पुसत तो म्हणाला, 'मुली, जोवर दुसऱ्याचं दु:ख ऐकून तुझ्या डोळ्यांत पाणी येतं, तोवर तू केवढंही मोठं पाप केलंस तरी

परमेश्वर तुला माफ करील...माफ करील. पूस ते डोळे. रात्र फार झाली, झोप आता.'

मीना नकळत त्याच्या कुशीत शिरली. विलक्षण मायेचा हात मस्तकावरून फिरत असतानाच, निद्रेने केव्हा तिच्यावर अधिकार गाजविला हे तिला समजले देखील नाही. सकाळी जेव्हा ती जागी झाली, तेव्हा दिवसाचा देव क्षितिजावर येऊन बराच अवधी लोटला होता. तिने दचकून जवळ पाहिले तो तेथे कोणी सुद्धा नव्हते. दुलई दूर करून ती उठली. त्याच वेळी लोडाच्या कोपऱ्यात सारलेल्या शंभरच्या पाच नोटा तिला दिसल्या. त्या हातात घेऊन ती वेड्यासारखे बघतच राहिली. जेव्हा ती तंबूबाहेर आली, तेव्हा गावच्या दिशेने गेलेल्या पावलांची निशाणी तिला त्या वाळूत दिसली. पहिल्याच पावलाची वाळू तिने हातात घेतली आणि गालाला लावून बराच वेळ ती उभी राहिली. नकळत तिच्या डोळ्यांतून अश्रुधारा वाहत होत्या.

■

प्यारीबाई

प्यारीबाई बैठकीच्या खोलीत बसली होती. सारी खोली लोड-तक्क्यांच्या बैठकीने सजवली होती. मध्यभागीची बैठक गालिचा अंथरून सुशोभित केलेली होती. त्या बैठकीवर गवसणी घातलेले दोन तंबोरे आडवे ठेवले होते. प्यारीबाई आपल्यासमोरच्या पानाच्या तबकातील विडे जुळवून ठेवीत होती. चाळिशी ओलांडूनही तिच्या एके काळच्या सौंदर्याची कल्पना तिच्याकडे पाहाताच आजही येत होती. तिच्या लांबट गोऱ्या चेहऱ्यावर तीच प्रसन्नता दिसत होती. छतावर टांगलेल्या झुंबरातून पडणारा प्रखर प्रकाश साऱ्या खोलीभर पसरला होता. विडे लावून होताच तिने पाठीमागच्या तक्क्याला पाठ टेकली. मध्यावरच्या सजवलेल्या बैठकीवर ठेवलेल्या तंबोऱ्यांच्या जोडीकडे पाहात ती तशीच बसून राहिली. त्याच वेळी जिन्यावर पावले वाजली. तिने चमकून पाहिले. दरवाज्यातून सारंगीया व तबलजी आत आले. त्यांनी केलेल्या मुजऱ्यांचा स्वीकार करून ती म्हणाली,

'आज ठरलेली बैठक होईलसं वाटत नाही. शेटजींचा मघाशीच निरोप आला की, त्यांना आज सवड नाही. आता आलाच आहात तर, छबेलीची मेहनत घेऊन जा.'

'जी.' म्हणून ते खाली बसले. तंबोरा गवसणीतून काढला गेला. तबला, सारंगी जुळू लागली. आतून सोळासतरा वर्षांची छबेली धावत बाहेर आली. जुळवल्या जाणाऱ्या वाद्यांकडे पाहून तिने विचारले,

'आई, बैठक ठरली वाटतं?'

'नाही पोरी. हे आलेच आहेत, तेव्हा म्हटलं, तेवढीच मेहनत होईल तुझी अन् त्यांचाही फेरा फुकट जायचा नाही. नऊ वाजून गेले. ये.'

छबेली बैठकीवर बसली. लाडिकपणे तिने विचारले, 'मा, काय म्हणू?'

प्यारीबाई तिला उत्तर देणार, तोच दरवाजा उघडून तिचा नोकर–रहमान आत आला. प्यारीबाईने विचारले, 'काय रे?'

'कोणीतरी साहेब आपल्याला भेटायला खाली आलेत. वर पाठवू?'

'पाठवून दे.'

'जी.' म्हणून रहमान खाली गेला.

'जा बेटी, आत जाऊन लवकर तयार हो. शेठजीच आलेत वाटतं. बैठकीचा बेत परत बदलला असेल.'

जिन्यावर पावले वाजू लागली. अपेक्षेने प्यारीबाई दरवाज्याकडे पाहत होती. आत येणाऱ्या व्यक्तीकडे पाहताच ती नकळत उठून उभी राहिली. आत आलेल्या त्या व्यक्तीने पांढरी, उभट फरकॅप घातली होती. अंगात काळी शेरवानी, इराणी विजार व पायात जरीचे चढाव, असा त्या व्यक्तीचा वेष होता. ती व्यक्ती आत येताच सारे वातावरण लव्हेंडरच्या वासाने दरवळले. आत आलेली ती रुबाबदार चेहऱ्याची व्यक्ती मंदस्मित करीत प्यारीबाईला म्हणाली,

'ओळखलंत?'

'कोण? महाराज!' गडबडीने प्यारीबाईने लवून कुर्निसात केला व ती म्हणाली, 'आपण याल ही कल्पना नव्हती.'

'मग येऊ ना आत?'

'या ना! घर आपलंच आहे. माझं भाग्य मोठं म्हणून हे पाय आज माझ्या घराला लागताहेत.'

महाराज बैठकीवर बसताच उभे राहिलेले साथीदार मुजरा करून आत गेले. महाराजांनी विचारले, 'बाई, आपण कामात तर नाही ना?'

'नाही महाराज. मुलीची तालीम होणार होती.'

'गाते वाटतं?'

'हो! थोडं थोडं.'

'आपलीच मुलगी ती. चांगलीच गात असणार!'

'आलेच हं.' म्हणत प्यारीबाई आत गेली. रहमानला खाली कोणी आल्यास वर न सोडण्याबद्दल सांगून ती परत आली. तिच्या पाठोपाठ थोड्याच अवकाशात सरबताचे पेले व फळफळावळ वर आणले गेले. तिकडे पहात महाराज म्हणाले, 'हे कशाला बाई?'

'महाराज, कधी नाही ते आपले पाय या घराला लागले. गरिबाची तेवढीच सेवा.'

'मी कालच मुंबईला आलो. उद्या उटीला जाणार आहे. तेवढ्यात समजलं की, तुम्ही हल्ली मुंबईतच आहात म्हणून–'

'मग आज्ञा केली असतीत तर, मीच आले असते राजवाड्यावर.'

'नाही बाई, राजवाड्यात मी उतरत नाही. ताजमध्येच उतरतो मी. तेच सोईचं पडतं. ते जाऊ द्या. आपल्याला भेटून जावं असं मनात आलं. पत्ता काढीत इथं आलो.'

'बरं झाल, महाराज. घ्या ना!'

सरबताचा पेला हाती घेत महाराज म्हणाले, 'बाई आज किती दिवसांनी आपली भेट होत आहे, नाही?'

'आठ वर्षं होऊन गेली. दरबारी आले होते तेवढीच भेट.'

'खरं आहे. गेले ते दिवस?' विषय बदलीत महाराज म्हणाले, 'आम्ही नेहमी वाचतो आपलं नाव. आज आपल्या गायकीचे फारच थोडे कलावंत भारतात आहेत. आपला होणारा गौरव ऐकून आम्हाला आनंद होतो.'

सुस्कारा सोडून प्यारीबाई म्हणाली, 'दुरून सारेच डोंगर चांगले दिसतात, महाराज.'

त्या उद्‌गाराचे आश्चर्य वाटून महाराज म्हणाले, 'मी नाही समजलो! परवाच आपला दिल्लीत मोठा सत्कार झाला.'

'होय, महाराज खरं आहे ते. पण तेवढ्यावर मनुष्य आयुष्यभर जगू शकत नाही.'

'मला वाटत होतं, आपली परिस्थिती फार चांगली असेल. आपले बरेच कार्यक्रम होतात, तेव्हा...'

'होतात ना. पण सारे कुणाच्या ना कुणाच्या मदतीसाठी असतात. कार्यक्रम ठरविणारे दयाळू होऊन जे शंभर-दोनशे हातावर ठेवतील, ती त्यांची कृपाच समजायची.'

'मग स्वतंत्र कार्यक्रम करावेत.'

'महाराज, पूर्वीचे दिवस गेले. आता अस्सल गाणं जीव लावून ऐकणारे तुमच्यासारखे रसिक फारच थोडे.'

'आम्ही कसले रसिक! बाई सांगितलं तर खरं वाटणार नाही; पण गेल्या तीन वर्षांत एकही गाणं ऐकायला मिळालं नाही. जिवाला ती स्वस्थताच नाही.'

'आता ऐकणार महाराज?'

'आपल्याला त्रास कशाला? हवं तर मुलीलाच सांगा गायला.'

प्यारीबाईने मुलीला हाक मारली, 'छबेली.'

क्षणात नुपुरांचा आवाज आला. छबेलीने येऊन महाराजांना कुर्निसात केला. त्या कुर्निसाताचा स्वीकार करीत छबेलीकडे पहात ते म्हणाले,

'बाई, आपल्या मुलीचं नाव अमीना...'

'हो. तीच ही, छबेली. छबेली या शब्दावर जोर देत प्यारीबाई म्हणाली, 'त्याच नावानं ही ओळखली जाते.'

प्यारीबाई छबेलीच्या कानात काहीतरी पुटपुटली. बैठकीवर बसून छबेलीने तंबोरा हाती घेतला. साथीदारांनी आपापली वाद्ये हाती घेतली. छबेली गाऊ लागली, 'ना मारो पिचकारी-'

समोरच्या फळफळावळीची चव चाखीत महाराज ती ठुमरी ऐकत होते. अधूनमधून छबेली समेवर येताच त्यांच्या तोंडून नकळत 'हो' पडत होती. तारुण्यात पदार्पण केलेली छबेली, एका हाताने नखरेल आदा करीत ठुमरी गात होती. आईचं सौंदर्य व आवाज ह्या दोन्हींचाही वारसा तिच्या ठायी होता. अगदी तन्मयतेने ती ठुमरी गात होती. ती ठुमरी संपताच तिने दुसरी ठुमरी म्हणावयास सुरुवात केली. पण दुसऱ्या ठुमरीकडे महाराजांचे लक्ष लागले नाही. जेव्हा ती ठुमरी संपवून छबेलीने तंबोरा खाली ठेवला, तेव्हा महाराजांनी विचारले, 'बाई, छबेलीचा आवाज ऐकताना तुमची आठवण मला होत होती. ह्यापेक्षा एखादी आपल्या घराण्यातली चीज तिला म्हणायला सांगा ना?'

'महाराज, तिला मी गाणं शिकवलं नाही.'

'थट्टा करता काय माझी?'

'नाही महाराज...छबेली, जा तू आत.' छबेली मुजरा करून आत गेली. तिच्या पाठोपाठ साथीदार गेले. प्यारीबाई म्हणाली,

'महाराज, सध्या त्या गाण्याला किंमत नाही. त्या गाण्याचा पोट भरण्याला काहीसुद्धा उपयोग नाही. जी माझी चूक झाली, तीच तिची व्हावी असं मला वाटत नाही. तिला नृत्यासाठी व गाण्यासाठी मास्तर ठेवले आहेत. ह्या चारदोन नखरेल ठुमऱ्या एवढ्याच येतात तिला. एरवी सिनेमातली गाणी व भावगीतं एवढ्यावरच भागतं तिचं. ती नाचतेही चांगली. तेच लोकांना आवडतं.'

हे बोलत असताना प्यारीबाईचा कंठ दाटून आला होता. महाराजही ते ऐकून अस्वस्थ झाले. ते म्हणाले, 'काय केलंत हे, बाई! तुम्हाला आठवतं? आम्ही तुम्हाला देऊ केलेली दरबारची नोकरी तुम्ही स्वीकारली असतीत, तर फार बरं झालं असतं. पण नोकरी स्वीकारली तर तुमच्या संगीत साधनेत अडथळा येईल असं त्या वेळी तुम्हाला वाटलं.'

'ती माझी मोठी चूक झाली. तीच चूक सुधारण्याचा प्रयत्न मी करते आहे.'

'आमचीही पूर्वीसारखी परिस्थिती राहिली नाही, हे तुम्हाला माहीत आहे.' महाराज म्हणाले, 'तरीही तुम्हाला मला काही मदत करता आली, तर मला आनंद वाटेल.'

'तशी काही अडचण सध्या नाही. मी ऐकते की, गाण्याच्या रेकॉर्डस् दिल्या

तर बरे पैसे मिळतात. कुठं सिनेमात छबेलीला गायचं काम मिळालं तर फार बरं होईल.'

'ह्या सिनेमा धंद्यातल्या काही मोठ्या लोकांशी माझ्या ओळखी आहेत. आपल्या छबेलीसाठी जेवढं करता येईल तेवढं मी करीन.'

दोघेही काही क्षण अगदी स्तब्ध होती. काय बोलावे हेच त्यांना समजत नव्हते. मग घसा खाकरून महाराजांनी विचारले, 'बाई, उस्ताद कुठं असतात?'

'दोन वर्षांमागंच वारले ते.'

'अरेरे! फार मोठा माणूस होता. त्यांचं गाणं काही निराळंच होतं नाही?'

'हो ना!'

'काय झालं त्यांना?'

'हृदयविकाराचा त्रास होता. दोनचार शिकवण्या करण्यात व नाटकाच्या चाली देण्यात त्यांच्या आयुष्याचा शेवट झाला.'

'तुमचं तरी बरं चाललं आहे ना, बाई?'

'ठीक चाललं आहे. दोनचार श्रीमंतांच्या मुलींच्या शिकवण्या आहेत. शिवाय छबेलीचेही कार्यक्रम अधूनमधून होतात. भागतं तेवढ्यात.'

'रेडिओवरही आपले कार्यक्रम होतात, ते ऐकतो मी. बाई, तुम्ही मारुबिहागातील 'आओ ना पिया' ही चीज गाइली होतीत, अजूनही माझ्या कानात ती रेंगाळत आहे. त्या चिजेचा गोडवा काही विलक्षणच.

'किती वाजले महाराज?'

घड्याळाकडे पहात महाराज म्हणाले, 'अरे, सव्वादहा वाजून गेले. फार वेळ घेतला बाई मी तुमचा. खाली ए.डी.सी. गाडीतच बसून आहे.'

'थांबा, महाराज. मारुबिहाग ऐकणार ना?'

'हो. ऐकू की. महाराज खुलून म्हणाले. प्यारीबाई कोपऱ्यात टेबलावर ठेवलेल्या रेडिओकडे गेली. तिने रेडिओ सुरू केला. थोड्याच वेळात रेडिओ सुरू झाला.

स्टेशन लावून प्यारीबाई बसली. महाराज तिच्याकडे पाहतच होते. तोच रेडिओवरचा कार्यक्रम संपला व रेडिओतून शब्द बाहेर पडले—

'ये ऑल इंडिया रेडिओ दहेल्ली है. अब सुनिये, प्यारीबाई मारुबिहाग सुनायेंगी. बोल हैं 'आओ ना पिया' और द्रुत के बोल है 'बनि बनिआ'—

रेडिओतून प्यारीबाईचा शुद्ध आकार बाहेर पडला. त्या रेडिओतून बाहेर पडणाऱ्या मारुबिहागच्या निर्मल स्वरलहरींनी दोघांचीही हृदये भरून आली. रेडिओतील प्यारीबाई गात होती– 'आओ ना पिया.' तल्लीन होऊन ती दोघेही ती चीज ऐकत होते. चीज जेव्हा संपली, तेव्हा रेडिओतून शब्द बाहेर पडले, 'अभी आप प्यारीबाईसे गाया हुवा मारुबिहाग सुन रहे थे. यह कार्यक्रम हमने पहलेही हमारे स्टुडिओमे रेकॉर्ड किया

था.'

प्यारीबाईने रेडिओ बंद केला व ती महाराजांकडे वळून म्हणाली,

'ऐकलंत महाराज, माझं रेडिओवरचं गाणं? आठ महिन्यांपूर्वी मी ही चीज रेडिओवर गाइली होती. आता येतील तीस-चाळीस रुपये. निदान गाणं राहिलं हाच आनंद.'

अस्वस्थ झालेले महाराज, उठत म्हणाले, 'अकरा वाजले. जातो मी.'

आपल्या शेरवानीच्या खिशातून त्यांनी पाकीट काढले व शंभराच्या दोन नोटा काढून बैठकीवर ठेवीत ते म्हणाले, 'बाई, हे राहू दे.'

'नको महाराज. कधी नाही ते आपण माझ्या घरी आलात, ही आमची सेवा आहे असं समजा. आजवर आपण खूप दिलं आहे. आपल्या दरबारच्या आश्रयाखाली माझ्यासारखे अनेक कलावंत पुढे आले. जर कधी तसा प्रसंग आला तर प्रथम मी आपल्याकडेच येईन.'

क्षणभर महाराजांचे हात घोटाळले. त्यांनी त्या नोटा उचलून आपल्या शेरवानीच्या खिशात घातल्या, आणि नमस्कार करून ते बाहेर पडले. काही क्षण जिन्यावर पावले वाजली, आणि सर्वत्र शांतता पसरली. ज्या दरवाज्यातून महाराज गेले, त्या दरवाज्याकडे भरल्या डोळ्यांनी पाहत प्यारीबाई बराच वेळ तिथेच बसून राहिली.

■

गुजगोष्टी सांगणारा कथासंग्रह

रूपमहाल

लेखक

रणजित देसाई

रणजित देसाईंनी अगदी आरंभीच्या काळात ज्या काही लघुकथा लिहिल्या, त्यांतील निवडक कथा या संग्रहात संग्रहित केल्या आहेत. या कथा 'मौज', 'सत्यकथा', 'प्रसाद', 'किर्लोस्कर', 'अभिरुची' व 'जनवाणी' अशा दर्जेदार नियतकालिकांमध्ये प्रसिद्ध झालेल्या आहेत.

या कथांविषयी लिहिताना स्वत: रणजित देसाई म्हणतात : '...एक 'गुजगोष्ट' सांगावीशी वाटते की, मी जे काही लिहिले आहे, ते अगदी मनापासून लिहिले आहे. त्यात उणिवा असतील, दोष असतील, विस्तार कमी-अधिक असेल, नागरी जीवनापेक्षा ग्रामीण जीवनाचेच जास्त चित्रण असेल; परंतु त्यात अप्रामाणिकपणा मात्र खास नाही. माझ्या कथांना कसोटी लावलीच, तर ती 'प्रांजलपणा'चीच लावावी, एवढेच 'पसायदान' मी वाचकांपुढे मागतो.'

❖❖❖